കുട്ടിക്കൊമ്പൻ

Kuttikomban
Children's Literature

Biju Thurayilkunnu

CHINTHA PUBLISHERS
Thiruvananthapuram

First Edition
September 2022

Published
Chintha Publishers, Thiruvananthapuram

Typesetting
Star Communications, Thiruvananthapuram

Printed at
Repro India Ltd, Mumbai

Cover Design
Vinod Mangoes

ISBN : 978-93-94753-39-6

CO - 3184 / 6191

Email: chinthapublishers@gmail. com
Website: www. chinthapublishers. com

A version is available at National Libraries
Kolkata, Mumbai, Chennai and Delhi

Distribution
DESHABHIMANI BOOKHOUSE
H O Thiruvananthapuram 695035

Branch
Head Office Kunnukuzhi • Statue Thiruvananthapuram
KSRTC Bus Terminal Thampanoor • Saphalyam Complex Thiruvananthapuram
KSRTC Bus Station Alappuzha • KSRTC Bus Station Ernakulam
Machingal Lane Thrissur • IG Road Kozhikode
Mavoor Road Kozhikode • NGO Union Building Kannur
Central Bus Terminal Complex Thavakkara Kannur

കുട്ടിക്കൊമ്പൻ

ബിജു തുറയിൽകുന്ന്

ചിന്ത പബ്ലിഷേഴ്സ്
തിരുവനന്തപുരം-695 035

ബിജു തുറയിൽകുന്ന്

ജനനം 1972 മെയ് 25 ആറ്റിങ്ങൽ തച്ചൂർകുന്ന് പ്ലാവിള വീട്ടിൽ. പിന്നീട് പിതാവിന്റെ ഭവനമായ കരുനാഗപ്പള്ളി തുറയിൽകുന്ന് പുതുശ്ശേരിൽ വീട്ടിൽ.

അച്ഛൻ: അപ്പു കെ, അമ്മ: വിമല എസ്

തുറയിൽകുന്ന് എസ് എൻ യു പി എസ്, കരുനാഗപ്പള്ളി ഗവ:ഹയർസെക്കന്ററി സ്കൂൾ, കേരള, അണ്ണാമല യൂണിവേഴ്സിറ്റികളിലായി പഠനം. മലയാളത്തിലും ലൈബ്രറി സയൻസിലും ബിരുദാനന്തരബിരുദം. ഇപ്പോൾ തിരുവനന്തപുരം സ്റ്റേറ്റ് സെൻട്രൽ ലൈബ്രറിയിൽ ലൈബ്രേറിയൻ. ആനുകാലികങ്ങളിൽ കഥകളും ലേഖനങ്ങളും എഴുതുന്നു.

ഭാര്യ : ആശ ഡി
മകൻ : വൈശാഖൻ ബി പി
വിലാസം : പുതുശ്ശേരിൽ
മരുതൂർക്കുളങ്ങര തെക്ക്
ആലുംകടവ് പി ഒ
കരുനാഗപ്പള്ളി
കൊല്ലം 690573
ഫോൺ : 9846603171

ഉള്ളടക്കം

പ്രസാധകക്കുറിപ്പ്

അതിലളിതമായ കഥകളാണ് കുട്ടികളെ അതിവേഗത്തിൽ ആകർഷിക്കുന്നത്. അറിവ് നേടുന്നതിനൊപ്പംതന്നെ ഭാവനയുടെ മേച്ചിൽ പുറങ്ങളിലേക്കു സഞ്ചരിക്കുവാൻ പ്രേരിപ്പിക്കുന്നവയാണ് ബാലകഥകൾ. *കുട്ടിക്കൊമ്പൻ* എന്ന കഥാ സമാഹാരത്തിൽ കുറുക്കൻ, അണ്ണാൻ, മുയൽ, കാക്ക, കുരങ്ങൻ, കുട്ടിക്കൊമ്പൻ, കങ്കാരു, കൊക്ക്, അണ്ണാറക്കണ്ണൻ എന്നിവരുൾപ്പെടുന്ന ജന്തുലോകത്തിന്റെ ഏറെ രസകരമായ കഥകളാണുള്ളത്. കുട്ടികളെ ഏറെ ആകർഷിക്കുവാൻ ശേഷിയുള്ള ഈ കൃതി വായനാ സമൂഹത്തിൽ അവതരിപ്പിക്കുന്നു

ചിന്ത പബ്ലിഷേഴ്സ്

സമർപ്പണം

കുട്ടിക്കാലത്ത് കഥകൾ വായിക്കുന്നത് ശക്തമായെതിർത്ത
എന്റെ പിതാവിനും അവസാനമായി എന്റെ കഥാസമാഹാരത്തിന്
അവതാരിക എഴുതി വച്ച് കടന്നുപോയ
പ്രിയ കവി പൂവച്ചൽ ഖാദറിനും.

ആമുഖം

കുട്ടിക്കഥകൾ മനസ്സിലേക്ക് പകർന്നുതന്നത് അച്ഛന്റെ അച്ഛൻ കെ കുട്ടപ്പനും അച്ഛന്റെ അമ്മ ഗൗരിയുമാണ്. ഉറക്കാൻ പറഞ്ഞ രാജകുമാരന്റെ കഥകൾ, ഉറക്കം നഷ്ടപ്പെടുത്തിയ യക്ഷിക്കഥകൾ, ലഭ്യമായ പുസ്തകങ്ങളെല്ലാം കൗമാരകാലത്ത് വായിച്ചുതീർത്ത ആലുംകടവ് ബോധോദയം ഗ്രന്ഥശാല, അവിടെ കിട്ടാത്തവ വായിച്ച് തീർത്തുകൊണ്ടേയിരിക്കുന്ന സ്റ്റേറ്റ് സെൻട്രൽ ലൈബ്രറി, തുറയിൽകുന്ന് കുമാരനാശാൻ ഗ്രന്ഥശാല ഇവയിലൂടെ എന്റെ മനസ്സിൽനിന്ന് കഥകൾ ഒഴിയാതെ നില്ക്കുന്നു.

അപ്രതീക്ഷിതമായി വായനക്കാരുടെ ഇടയിൽനിന്ന് കിട്ടിയ അനിൽകുമാർ-രശ്മി ദമ്പതികളാണ് ഈ സമാഹാരമിറക്കാൻ എനിക്ക് പ്രേരണയായത്. തീവണ്ടി യാത്രയിൽ എഴുതി തീർത്തതാണ് ഓരോ കഥയും. കുട്ടികളുടെ മനസ്സിലിടം നേടാൻ എനിക്ക് ഈ കഥകളിലൂടെ കഴിഞ്ഞാൽ എന്റെ പരിസരങ്ങളിൽ കണ്ടെത്തിയ ചില സത്യങ്ങൾ വിജയിക്കുകയാണ്. മനുഷ്യ സാന്നിദ്ധ്യം കുറവാണ് ഈ കഥകളിൽ. എങ്കിലും മനുഷ്യരിൽ നിന്ന് പാഠമുൾക്കൊണ്ടവയാണെല്ലാം.

ഒരുപക്ഷേ, അവസാന അവതാരിക എഴുതിത്തന്ന് സഹായിച്ച് കടന്നുപോയ പ്രിയകവി പൂവച്ചൽ ഖാദർ, അദ്ദേഹത്തിന്റെ മകളും സഹപ്രവർത്തകയുമായ തുഷാര, ചിന്തയുടെ

മാനേജരും എന്റെ അയൽക്കാരനുമായ ശിവകുമാർ സഖാവ്, കഥയുടെ ആദ്യ വായനക്കാരായ സഹധർമ്മിണി ആശാ ദാമോദരൻ, മകൻ വൈശാഖൻ, സഹപ്രവർത്തക പ്രിയ പി ഉത്തമൻ എന്നിവരോട് ഏറെ കടപ്പാട്.

കൊച്ചു കൂട്ടുകാരും മുതിർന്ന കൂട്ടുകാരും ഈ കഥാ സമാഹാരം ഏറ്റെടുക്കുമെന്ന പ്രതീക്ഷയോടെ.

ബിജു തുറയിൽകുന്ന്

അവതാരിക

നന്മയുടെ നേർവഴികൾ

പൂവച്ചൽ ഖാദർ

വർണ്ണ വർഗ്ഗ പ്രായഭേദമന്യേ ആസ്വദിക്കപ്പെടുന്നതാണ് ബാലസാഹിത്യം. കുട്ടികൾക്ക് വേണ്ടിയാണ് എഴുതുന്നതെങ്കിലും കുട്ടിത്തം കഴിഞ്ഞവരും ആസ്വദിക്കപ്പെടുമ്പോഴാണ് എഴുത്തുകാരൻ സംതൃപ്തനാകുന്നത്; സന്തോഷവാനാകുന്നത്. ആ നിലയിൽ ബിജുവിന്റെ കർമ്മം ധന്യമാകുന്നു.

എവിടെയും കുട്ടികളുടെ ഇഷ്ടം കഥകളോടാണ്. പക്ഷിമൃഗാദികൾക്ക് മർത്ത്യരൂപം നല്കി അവതരിപ്പിക്കപ്പെടുന്നതാണ് അധികവും. അതുകൊണ്ടാണ് അത്തരം കഥകൾ പറഞ്ഞ് കേൾക്കുവാനും വായിക്കുവാനും കുട്ടികൾക്ക് പ്രിയം ഏറുന്നത്.

നമ്മളൊക്കെ അണുകുടുംബങ്ങളിലെ അംഗങ്ങളായതുകൊണ്ടുണ്ടായ നഷ്ടങ്ങളിൽ ഒന്ന് മുത്തശ്ശിയും മുത്തശ്ശനും ചെറുമക്കളും ചേർന്ന ബന്ധമാണ്. കഥാസ്വാദകരെയും അതിലൂടെ കഥാകാരന്മാരെയും സൃഷ്ടിക്കുവാനുള്ള ഹരിശ്രീ കുറിച്ചവരാണ് മുത്തശ്ശീമുത്തശ്ശന്മാർ. ബാല്യത്തിലേ ആസ്വാദനത്തിലെ ഓരോ ഘട്ടവും നിർമ്മിച്ചെടുത്തത് അവരാണ്. ഓരോരോ കാലഘട്ടങ്ങളിലെ നന്മയും തിന്മയും തിരിച്ചറിയാനും നല്ല വഴികളിലൂടെ നല്ല ജീവിതത്തിനുള്ള പാഠങ്ങളായിരുന്നു അവരുടെ കഥാസഞ്ചയത്തിൽ

ഉണ്ടായിരുന്നത്. അത്തരത്തിൽ കഥ പറഞ്ഞ് കേട്ട് അവയിലൂടെ വായനയിലെത്തി കഥാകൃത്തുക്കളായി മാറിയവരാണ് നമ്മുടെ കഥാകാരന്മാരധികവും.

പ്രകൃതിയും മനുഷ്യനും മറ്റു ജീവജാലങ്ങളും ഒന്നാകെ ദുരിതത്തിൽപ്പെടുകയും പരസ്പര സഹായങ്ങൾ പരിഹാര മാർഗ്ഗങ്ങൾ സൃഷ്ടിക്കുകയും ചെയ്ത പ്രളയം മുന്നിലുണ്ട്. അത്തരം ഒരു പശ്ചാത്തലത്തിലാണ് ഈ പുസ്തകത്തിലെ ഒരു കഥ. അരയാലും മുളങ്കാടും ഒരു പെരുമ്പാമ്പുമാണ് ആ കഥയിലെ കഥാപാത്രങ്ങൾ.

'കൂരിരുട്ടിന്റെ കിടാത്തിയെന്നാൽ

സൂര്യപ്രകാശത്തിനുറ്റ ബന്ധു' ...എന്ന് വൈലോപ്പിള്ളി വിശേഷിപ്പിച്ച കഥയിലെ കാക്കകളുടെയും കടൽ കാക്കകളുടെയും കടലിനു മുകളിലൂടെയുള്ള പറക്കൽ കൗതുകരമാണ്.

മുയലുകളും കീരികളും മൈനകളും തത്തകളും വണ്ണാത്തിപ്പുള്ളുകളും ചേരുന്ന തടാകക്കരയാണ് കാക്കകളുടെ കഥാവേദി. പല വർഗ്ഗങ്ങളാണെങ്കിലും അവിടെ സംഘർഷങ്ങളില്ലാതെ, കലാപങ്ങളില്ലാതെ പരസ്പരം ഉപകാരികളായി മാറുന്ന ജീവജാലങ്ങളെയാണ് ബിജു കാണിച്ചുതരുന്നത്.

പ്രകൃതിയെ സ്നേഹിക്കുകയും പ്രകൃതിയെ ഉൾക്കൊള്ളുകയും അവയെ മനനം ചെയ്ത് നല്ലൊരു ഭാഷയിൽ പകർത്തി നല്കുകയുമാണ് കഥയിൽ ചെയ്തിരിക്കുന്നത്.

ടുട്ടു മുയൽ, റിഞ്ചു കുരങ്ങൻ, നുണയൻ പന്നി തുടങ്ങിയവരുടെ പ്രവൃത്തികളും വായനക്കാർ ഇഷ്ടപ്പെടാതിരിക്കില്ല.

ചെറിയ ഒരു കൃതിയിലൂടെ കുട്ടികളെ ജിജ്ഞാസുകളാക്കി നന്മയും തിന്മയും വേർതിരിച്ച് കാണിച്ച് നേർവഴികാട്ടുന്ന ബിജുവിനെ അഭിനന്ദിച്ചുകൊണ്ട് വായനക്കാർക്കുമുന്നിൽ തുറന്നുവയ്ക്കുന്നു.

കുറുക്കന്റെ മൊബൈൽ ഫോൺ

കാട് ചുരുങ്ങി ചുരുങ്ങി വരുന്നു. അതിനാൽ അവശേഷിച്ച മൃഗങ്ങളെല്ലാം ഉൾക്കാട്ടിലെ തുരുത്ത് പോലെയുള്ള രണ്ട് കുന്നുകളിലാണ് താമസം. ഡാമിന്റെ പണി പൂർത്തിയായതോടെ ഈ കുന്നുകൾക്ക് ചുറ്റും ജലനിരപ്പുയർന്നു വന്നു. എങ്കിലും ഒരാശ്വാസത്തിന് ചില വർഷങ്ങളിൽ വേനൽ കനക്കുമ്പോൾ വെള്ളമിറങ്ങി പഴയ സ്ഥിതിയിലാകും.

ആ സമയത്ത് കാട്ടിലെ ചില മിടുക്കന്മാർ മറ്റ് ഭാഗങ്ങളിലേക്ക് പോകാറുണ്ട്. ചിലർ തിരിച്ചുവരും. ചിലർ വരുമ്പോഴേക്കും ജലനിരപ്പുയരുന്നതിനാൽ വർഷങ്ങളോളം കൂട്ടുകാരെ വിട്ടുപോകേണ്ടിവരും. ആ കൂട്ടത്തിലെ അതിസമർത്ഥരായ കുറുക്കന്മാർ പലപ്പോഴും അക്കരെയിക്കരെയിരുന്ന് നീട്ടി ഓരിയിടും. ആ ശബ്ദങ്ങളിലൂടെ അവർ തിരിച്ചറിയുമായിരുന്നു.

കാട്ടിൽ ശക്തമായ വേനലെത്തി. ഇത്തവണയും തങ്കു കുറുക്കന്റെ നേതൃത്വത്തിൽ ചിലർ കുന്നുവിട്ടിറങ്ങി. വെള്ളം വറ്റിയ പഴയ സഞ്ചാരവഴികളിൽ അവർ തുള്ളിച്ചാടി നടന്നു. അക്കരെയിക്കരെ നിന്ന് നീട്ടി ഓരിയിട്ടവർ ഒരുമിച്ചുനിന്ന് ഓരിയിട്ടു. കാടുണർന്നു. കുറുക്കന്റെ കൂടെ മീട്ടുമുയലും മീനു അണ്ണാനും തലയൻ കാട്ടുപോത്തും.

തങ്കുകുറുക്കൻ അവർക്ക് മനുഷ്യരെ കാണിച്ച്

കൊടുക്കാമെന്ന് പറഞ്ഞാണ് കൂടെ കൂട്ടിയത്. അടുത്ത കുന്നുകളിൽ തീ പുകയുന്നത് തങ്കു കാണിച്ചുകൊടുത്തു. തങ്കു പറഞ്ഞു:

"മനുഷ്യർ രണ്ട് കാലിലാണ് നടക്കുന്നത്. നമ്മുടെ രീതി അല്ല അവർക്ക്. തീ എപ്പോഴും അവർക്കൊപ്പമുണ്ടാകും."

തീ എന്ന് കേട്ടതും തലയൻ കാട്ടുപോത്തിന് പേടിയായി. അവന്റെ കുട്ടിക്കാലത്ത് ഈ മലകൾ വേറിട്ടുപോകും മുമ്പ് അവൻ തീ കണ്ടിട്ടുണ്ട്. അതിന്റെ ചൂടറിഞ്ഞിട്ടുണ്ട്, കാട്ടുതീ പടർന്നപ്പോൾ. തന്റെ കൂട്ടുകാർക്കൊപ്പം തീറ്റ തിന്ന് നടക്കവെ വീശിയടിച്ച കാറ്റിൽ തീ പാഞ്ഞുവന്നു. തറയിൽക്കിടന്ന കരിയിലകൾ മുഴുവനും കത്തി. കാട്ടിലെ കിളികൾ പലരും ചിറക്കരിഞ്ഞ് ആ തീയിലേക്ക് വീണു. അടുത്ത കാറ്റ് വീശിയതും മുതിർന്നവർ ഒരോട്ടമായിരുന്നു. താൻ മാത്രം ഓടാൻ വൈകി. ചൂടു തട്ടിയതും, ഓടിയവർക്ക് മുമ്പേ കയറി താൻ ഓടിയതോർത്ത് തലയൻ പോത്ത് ചിരിച്ചു.

കുറുക്കന്റെ വിളികേട്ട് പോത്ത് ചിന്തയിൽനിന്നുണർന്നു. പോത്തിന്റെ പുറത്തിരുന്ന് അണ്ണാറക്കണ്ണൻ ചിലച്ചു. മീട്ടുമുയലും ഒരു ചെറുശബ്ദം പുറപ്പെടുവിച്ചു.

"നമുക്ക് കുറച്ചു വെള്ളം കുടിച്ചിട്ട് പോകാം."

കുറുക്കന്റെ നിർദ്ദേശം സ്വീകരിച്ച് അവർ വെള്ളമിറങ്ങിയ വഴിയിലൂടെ കുറേദൂരം ചെന്നു. മലമടക്കുകളിൽ ഓരോ വര വരച്ചതുപോലെ വെള്ളമിറങ്ങിയ പാടുകൾ. താഴെയിറങ്ങി അവർ വെള്ളം ആവശ്യത്തിന് കുടിച്ചു. കാട്ടുപോത്ത് അണ്ണാറക്കണ്ണനെ താഴത്തിറക്കി ഡാമിലിറങ്ങി ചെറിയൊരു നീന്തലും നടത്തി. കുറുക്കനത് ഇഷ്ടമായില്ല. അവൻ പറഞ്ഞു:

"നീ ചെളി ഇളക്കാതെ വേഗം കയറി വാ. പോയിട്ട് ഇന്ന് തന്നെ മടങ്ങി വരണം. എപ്പോഴാണ് മഴ പെയ്യുന്നതെന്നറിയില്ല."

തലയൻ പോത്ത് നീന്തിക്കയറി. മീട്ടുവും മീനുവും തങ്കുവും ഒഴിഞ്ഞുനിന്നു. അവർക്കടുത്തെത്തി തലയൻ പോത്ത് ശക്തമായിട്ടൊന്ന് കുടഞ്ഞു. മീട്ടുവും മീനുവും തങ്കുവും ആ വെള്ളത്തിൽ കുളിച്ചതുപോലെയായി. അവർക്ക് കുളിരുകോരി.

കുറുക്കൻ യാത്രയ്ക്ക് തയ്യാറായി മുന്നേ നടന്നു. പോകുന്ന

വഴിയിൽ കണ്ട പച്ചിലത്തലപ്പുകളൊക്കെ പോത്ത് കടിച്ചു. പച്ചപ്പുല്ലുകളെല്ലാം കരിഞ്ഞ് കിടന്നതിനാൽ മുയലിന് തിന്നാനൊന്നും കിട്ടിയില്ല. എങ്കിലും തലയൻ പോത്ത് കടിച്ചിട്ട കൂട്ടത്തിൽനിന്നു വീണ ചില ഇലകൾ അവൻ സ്വന്തമാക്കി.

അവർ നടന്ന് കുറേ ദൂരം ചെന്നപ്പോൾ മൂന്ന് നാല് മനുഷ്യർ ഒരു കലത്തിനടിയിൽ തീയിട്ടെരിക്കുന്നത് കണ്ടു. കുറുക്കൻ തലയൻ പോത്തിനോട് പറഞ്ഞു: "അതാണ് മനുഷ്യർ."

മീട്ടുവും മീനുവും തലയന്റെ ബലത്തിൽ അവരെ ഒളിഞ്ഞ് നോക്കി. തങ്കുകുറുക്കൻ തലയൻ പോത്തിനോട് പറഞ്ഞു: "നീ അവരെ ഒന്ന് വിരട്ടണം. നീ ഒന്ന്ചീറ്റിയാൽ മതി. അവന്മാർ ജീവനും കൊണ്ടോടും."

മീനു അണ്ണാനും മീട്ടുമുയലിനും പേടിയായി. അവരുടെ ഭയം കണ്ട് തങ്കുകുറുക്കൻ പറഞ്ഞു:

"നിങ്ങൾ രണ്ടുപേരും ആ കുറ്റിക്കാട്ടിലേക്ക് മാറിയിരിക്ക്. തലയാ നീ പണി തുടങ്ങിക്കോ."

തലയൻ പോത്ത് മെല്ലെ നടന്ന് അവന്മാരുടെ തൊട്ടടുത്തെത്തി. ശക്തിയായൊന്ന് ചീറ്റി, ഉച്ചത്തിലൊന്നമറി, പിൻകാലുകൊണ്ട് മണ്ണ് മാന്തിയെറിഞ്ഞു. അടുപ്പിനുചുറ്റും ഇരുന്നവർ ആ ശബ്ദംകേട്ട് തെറിച്ചുവീണു. അവർ കിടന്ന കിടപ്പിൽ വിരണ്ട് നില്ക്കുന്ന പോത്തിനെ കണ്ടു. തലയൻ ഒന്നുകൂടി ചീറ്റിയതോടെ വീണു കിടന്നവർ ഉരുണ്ടു പിരണ്ടെഴുന്നേറ്റോടി. തലയൻ കലത്തിന്ചുറ്റും കിടന്ന് ഒന്ന് തുള്ളിക്കളിച്ചു. അതുകണ്ട് തങ്കുവിനും പേടിയായി. തങ്കു നീട്ടിവിളിച്ചു. "തലയാ.."

തലയൻ പോത്ത് തങ്കുവിനെ നോക്കി. അവന്റെ ചിരി തങ്കുവിനെ സന്തോഷവാനാക്കി. തലയന് സന്തോഷമുള്ളപ്പോൾ മാത്രമേ അവൻ ചിരിക്കൂ. അത് അപൂർവ്വമാണ്.

തങ്കുകുറുക്കന്റെ കണ്ണുകൾ കലത്തിനടുത്തേക്ക് നീണ്ടു. അടുത്ത് രണ്ട് കുപ്പിയിൽ നിറയെ വെള്ളം ഇരിപ്പുണ്ട്. അവൻ കുപ്പിയെടുത്ത് വായിലേക്ക് ഒറ്റ കമിഴ്ത്ത്, പോയവഴി മുഴുവൻ പുകഞ്ഞ് താഴേക്കിറങ്ങി. തങ്കു ഞെട്ടിപ്പോയി. ഇങ്ങനെയൊരു വെള്ളം ആദ്യമായാണവൻ കുടിക്കുന്നത്. മീനുവും മീട്ടുവും തങ്കുവിന്റെ വായിലേക്ക് നോക്കിനില്ക്കുകയാണ്. തങ്കു തല

കുടഞ്ഞു. തലയൻ പോത്ത് ഇതൊന്നും ശ്രദ്ധിച്ചില്ല. അവന്റെ കണ്ണ് കലത്തിനടിയിലെ തീയിലാണ്. അവൻ നില്ക്കുന്നിടംവരെ ചൂടടിക്കുന്നുണ്ട്. തീയെക്കുറിച്ചുള്ള പണ്ടത്തെ ഓർമ്മ മനസ്സിലേക്ക് വന്നതും അവൻ തിരിഞ്ഞൊരോട്ടം. തങ്കു അന്തംവിട്ട് അവൻ പോയവഴി നോക്കിനിന്നു. മീട്ടുമുയലും മീനുവണ്ണാനും പകച്ചുപോയി. പെട്ടെന്ന് കുപ്പിക്കടുത്തുകിടന്ന മൊബൈൽ ഫോൺ ശബ്ദിച്ചു. മീട്ടുവും മീനുവും അതുകേട്ട് തലയൻപോയ വഴിയേ പാഞ്ഞു. എന്നാൽ തങ്കുകുറുക്കൻ അല്പദൂരം പിന്നോട്ട് പോയിട്ട് ശബ്ദംനിലച്ച ഫോണിനരികിലെത്തി. അത് കൈയിലെടുത്ത് തിരിച്ചും മറിച്ചും നോക്കി. വീണ്ടും അത് ശബ്ദിച്ചു. അവനറിയാതെ അത് തറയിൽവീണു. അവൻ അതിൽനിന്ന് പുറത്തേക്ക്വരുന്ന ശബ്ദംകേട്ട് ചെവി അടുത്തേക്ക് കൊണ്ടുചെന്നു. മനുഷ്യരുടെ ശബ്ദമാണെന്നവന് മനസ്സിലായി.

കുറുക്കന് മനസ്സിൽ ചിരിപൊട്ടി. ഇതുകൊണ്ട് ഒരു കളി കളിക്കണം. തന്റെ കൂട്ടുകാരെ മുഴുവൻ കൈയിലെടുത്ത് തീറ്റ കുശാലാക്കാം. കുറുക്കന് തന്റെ പാരമ്പര്യമായി കിട്ടിയ കൗശലമുണർന്നു. അവൻ ഒരു കുപ്പിയും ഫോണും ഒരുവിധം കടിച്ചുപിടിച്ച് വന്നവഴിയേ തിരിച്ചോടി. വഴിയിൽ തലയനും മീട്ടുവും മീനുവും കാത്തുനില്പുണ്ട്.

കൂട്ടുകാരെക്കണ്ട തങ്കുകുറുക്കൻ കുപ്പി പോത്തിന്റെ പുറത്തിരുന്ന അണ്ണാറക്കണ്ണനെ ഏല്പിച്ചു. അതിലെ പാനീയം കുടിച്ച് തലയ്ക്ക് ഒരു സുഖമുള്ള പെരുപ്പ് അനുഭവപ്പെട്ടു. അവൻ മൊബൈൽ ഫോൺ കൈയിലെടുത്തു. അപ്രതീക്ഷിതമായി വന്ന ഫോൺ കോൾ കാട്ടി അവൻ പറഞ്ഞു:

“ഞാൻ നമ്മൾ ഓടിച്ച മനുഷ്യരുടെ ശബ്ദം ഇതിനകത്താക്കിയിട്ടുണ്ട്.”

കൂട്ടുകാർ അവനെ സംശയത്തോടെ നോക്കി. അവന്റെ വിരലുകൾ തട്ടി സ്പീക്കർ ഓണായി. ആരോ ഫോണിന്റെ ഉടമയെ തെറി പറയുന്നത് പുറത്തേക്ക് കേൾക്കാം. അവർക്ക് കാര്യം മനസ്സിലായില്ലെങ്കിലും തങ്കുകുറുക്കൻ പറഞ്ഞതിൽ എന്തോ ശരിയുണ്ടെന്ന് തോന്നി.

മീനുവണ്ണാൻ പറഞ്ഞു. “നമുക്കിത് നമ്മുടെ വയസ്സൻ

രാജാവിനെ കാണിക്കാം. മൃഗരാജാവ് സിംഹമാണെങ്കിലും ആ കുന്നിൽ സിംഹങ്ങൾ ഒന്നും അവശേഷിക്കാത്തതിനാൽ ഒരു വയസ്സൻ കടുവയാണ് രാജാവ്. ചത്ത ജീവികളാണ് കടുവയുടെ പ്രധാന ഭക്ഷണം. അതും കുറുക്കന്മാർ കടിച്ചുവലിച്ച്കൊണ്ടു കൊടുക്കണം."

മീനുവിന്റെ നിർദ്ദേശം തങ്കുവിനത്ര പിടിച്ചില്ലെങ്കിലും അര മനസ്സോടെ സമ്മതിച്ചു. മനുഷ്യരെ ഇതിനകത്താക്കിക്കൊണ്ട് വന്നെന്ന്പറഞ്ഞാൽ ആരാണ് അംഗീകരിക്കാത്തത്. വയസ്സൻ രാജാവിന്റെ കാലം കഴിഞ്ഞാൽ രാജാവാക്കാനും സാദ്ധ്യതയുണ്ട്. തങ്കുവിന്റെ മനസ്സിൽ ആവശ്യമില്ലാത്ത ചിന്തകളും കയറിക്കൂടി.

പോയവഴി കണ്ടവരോടൊക്കെ വീമ്പു പറഞ്ഞാണ് അവർ പോയത്. തലയൻ ഇക്കാര്യങ്ങളൊന്നും ശ്രദ്ധിച്ചില്ല. വഴിയിൽ വച്ച് കുപ്പിയിലെ വെള്ളം അവർ പലതവണ കഴിച്ചു. അവരുടെ സങ്കേതമെത്തുംമുമ്പേ എല്ലാവർക്കും മയക്കംവന്നു. കാര്യം മനസ്സിലായില്ലെങ്കിലും അവർ ഒരു മരത്തണലിൽ വിശ്രമിച്ചു. മീനുവണ്ണാൻ ആ മരത്തിന്റെ ചില്ലയിൽ കിടന്ന് മയങ്ങി. പിറ്റേന്ന് ഫോൺ ശബ്ദംകേട്ട് തങ്കു ഉണർന്നപ്പോൾ മറ്റുള്ളവർ സുഖമായി ഉറങ്ങുകയാണ്. അവൻ മറ്റുള്ളവരെ വിളിച്ചുണർത്തി.

പെട്ടെന്ന് ആകാശത്ത് മഴക്കാറ് നിറഞ്ഞു. ചെറിയതോതിൽ ഇടിമുഴക്കവും. മീട്ടു മുയൽ പറഞ്ഞു:

"ചിലപ്പോൾ മഴ പെയ്തേക്കും. എല്ലാം ഉണങ്ങിക്കിടക്കുകയല്ലേ. നമുക്ക് നേരെ രാജാവിനെ കാര്യം ധരിപ്പിക്കാം."

അവർ രാജാവിന്റെ മടയിലേക്ക് യാത്രയായി. വഴിയിൽ കണ്ടവരിൽ പലരും കാര്യമറിഞ്ഞ് പിന്നാലെ കൂടി. കുറുക്കന്റെ ബദ്ധശത്രുവായ കരിങ്കാലൻ പൂവനും കൂടി. അവൻ പറഞ്ഞു: "ഇതും പുതിയ തട്ടിപ്പാണോ?"

തങ്കുകുറുക്കൻ ഒരു കണ്ണേറിഞ്ഞ് അവനെ നോക്കി. പെട്ടെന്ന് കൈയിലിരുന്ന ഫോണിൽ വിളി വന്നു. തങ്കു എല്ലാവരേയും ഗമയിൽ ഒന്നുനോക്കി. എവിടെയോ ഒന്ന് തൊട്ടു. മുൻപ് കേട്ട മനുഷ്യശബ്ദം എന്തൊക്കെയോ അലച്ചു. അതുകേട്ട് തങ്കു കരിങ്കാലൻ പൂവനോട് ചോദിച്ചു:

"നിന്റെ സംശയം മാറിയോ? അവനെ തുറന്ന്‌വിടാനാണ് പറയുന്നത്. നിന്നെയും ഇതിനകത്താക്കണോ?"

ആ ചോദ്യം കൂടെയുള്ള എല്ലാ മൃഗങ്ങളേയും ഒന്നമ്പര പ്പിച്ചു. 'മനുഷ്യരെയെല്ലാം ഇതിനകത്താക്കിയാൽ നമ്മുടെ കാര്യം പറയാനുണ്ടോ?'

മീനുവണ്ണാൻ സ്വഗതമായി പറഞ്ഞു

എന്തായാലും പിന്നീടാർക്കും ഇത്തരം സംശയമുണ്ടായില്ല. എല്ലാവരുംകൂടി രാജാവിന്റെ മടയിലെത്തി. പരിസരമാകെ ദുർഗ്ഗന്ധമാണ്. വയസ്സൻ രാജാവ് ചത്ത ഒരു കാട്ടുകോഴിയെ തിന്നുകൊണ്ടിരിക്കെയാണ്. അവരെയെല്ലാം ഒരുമിച്ച് കണ്ട തോടെ പ്രതാപം കാണിക്കാൻ ചാടിയെഴുന്നേല്ക്കാൻ ശ്രമിച്ചു. അതുകണ്ട് തങ്കു പറഞ്ഞു:

"രാജാവ് വിശ്രമിച്ചോളൂ."

കരിങ്കാലൻ കോഴി ഇടയ്ക്ക്കയറി പറഞ്ഞു:

"രാജാവേ, തങ്കുകുറുക്കനാണ് അടുത്ത രാജാവാകേണ്ടത്. അവൻ മനുഷ്യനെ ഒരു ചെറിയ പെട്ടിക്കകത്ത്പൂട്ടി കൂടെ ക്കൊണ്ട് നടക്കുകയാണ്. തുറന്ന്‌വിടാൻ അയാൾ അപേക്ഷിക്കു ന്നത് ഞങ്ങളെല്ലാം കേട്ടതാണ്."

കൂടെയുള്ളവരെല്ലാം അത് സാക്ഷ്യപ്പെടുത്തി. "എങ്കിൽ ഇവനെ അടുത്ത രാജാവാക്കാം. എന്റെ കാലം കഴിയാറായല്ലോ. എനിക്കാണെങ്കിൽ കാര്യങ്ങളെല്ലാം തങ്കുകുറുക്കനെ പഠിപ്പിച്ചും കൊടുക്കാം. ഇന്നു മുതൽ എന്റെ കൂടെക്കൂടാം. അതിനുമുമ്പ് ആ മനുഷ്യരുടെ നിലവിളി ഞാനുമൊന്ന് കേൾക്കട്ടെ."

പെട്ടെന്ന് ഫോണിലെന്തോ ശബ്ദംകേട്ട് പ്രകാശം പരന്നു. തങ്കു വിരൽകൊണ്ട് തൊട്ടതോടെ നിശ്ശബ്ദമാവുകയും ചെയ്തു.

"ഒന്നും കേൾക്കുന്നില്ലല്ലോ?" രാജാവ് തല പൊക്കി. "ഉടൻ കേൾപ്പിക്കാം രാജാവേ" തങ്കുകുറുക്കൻ പറഞ്ഞു. പക്ഷേ, ഫോൺ പിന്നെ ശബ്ദിക്കുന്നതും കാത്ത്നിന്ന മൃഗങ്ങൾക്കും പക്ഷികൾക്കും കാൽ കഴച്ചു. അവർ അവിടവിടങ്ങളിലായി കിടന്നു. നേരം വൈകി രാജാവ് പറഞ്ഞു:

"തങ്കു എന്റെ മടയ്ക്കകത്ത് കയറി കിടക്ക് ശബ്ദം കേൾപ്പിച്ചിട്ട് പോയാമതി" അത് മറ്റെല്ലാവരും ശരിവച്ചു. തങ്കു മടയ്ക്കകത്ത്

കയറി കിടപ്പായി. കിഴവനാണെങ്കിലും കടുവയാണല്ലോ. അവനെ വല്ലാതെയത് പേടിപ്പെടുത്തി. എങ്കിലും പല്ല് കൊഴിഞ്ഞതിനാൽ പേടിക്കേണ്ടതില്ലെന്നവനോർത്തു. ആ മടയിലെ ദുർഗ്ഗന്ധം അവനെ അസ്വസ്ഥനാക്കി. മറ്റെല്ലാ ജീവികളും പിറ്റേന്ന് വരാമെന്ന് പറഞ്ഞുപോയി.

തങ്കു ഫോൺ ഞെക്കിയും കുത്തിയും പരിശ്രമിച്ചിട്ടും പിന്നെയത് ശബ്ദിച്ചതേയില്ല. പിറ്റേന്ന് നേരം വെളുത്തതായി കരിങ്കാലൻ പൂങ്കോഴി കൂവിയറിയിച്ചു. കുറച്ചുനേരം കഴിഞ്ഞതോടെ കാട്ടിനുള്ളിൽ ചെറിയ വെളിച്ചം പരന്നു. തലയൻ പോത്തും മീട്ടുമുയലും മീനുവണ്ണാനും വരയൻ കാട്ടാടുമെല്ലാം സ്ഥലത്തെത്തി. മൃഗരാജാവ് തങ്കുവിനെ വിളിച്ചിറക്കി. മെല്ലെ എഴുന്നേറ്റ് നിന്നു ചോദിച്ചു:

"നിനക്ക് വല്ലതും പറയാനുണ്ടോ? ഇത്രനേരമായിട്ടും ഇതിൽനിന്ന് ഒരു ശബ്ദവും കേട്ടിട്ടില്ല. വയസ്സായെന്ന്കരുതി പറ്റിക്കാനായ് വന്നിരിക്കുന്നോ. ഞാനാണിപ്പോഴും ഈ കാട്ടിലെ രാജാവ്" പറഞ്ഞുതീർന്നതും തങ്കുകുറുക്കന്റെ കവിളിൽ മൃഗരാജൻ കൈവീശി ഒറ്റയടി. കൈനഖം കൊണ്ട് കവിളുകീറി. കൈയിലിരുന്ന ഫോൺ താഴെവീണ് പൊട്ടി. തങ്കു തലകറങ്ങി താഴെവീണു. മൃഗരാജൻ അവിടെ കൂടിയവരോട് പറഞ്ഞു: "ഇവന്റെ വർഗ്ഗം ഇതുപോലെ പലതുംപറഞ്ഞ് നിങ്ങളെ പറ്റിക്കും. ഈ കൂട്ടിൽ മനുഷ്യനുണ്ട്പോലും" ശബ്ദം കുറവെങ്കിലും മൃഗരാജൻ ഒന്ന് ഗർജ്ജിച്ചു. അത്കേട്ട് മറ്റ് മൃഗങ്ങൾ ഭയന്നു. ആ കൂട്ടത്തിൽ പിന്നിലായി നിന്ന മോനുക്കുരങ്ങനെ മൃഗരാജൻ കൈയാട്ടി വിളിച്ചു. ഭയന്നുഭയന്ന് മോനു മൃഗരാജനടുത്തെത്തി. മൊബൈൽ ഫോൺ ചൂണ്ടി പറഞ്ഞു:

"ഏതായാലും ഇതിൽ മനുഷ്യരുണ്ടോന്ന് ഒന്നറിയണമല്ലേ. നീ ഇതെടുത്ത് ഈ പാറപ്പുറത്ത് എറിഞ്ഞുടയ്ക്ക്" അതുകേട്ട് തങ്കുകുറുക്കൻ ഞെട്ടിയുണർന്നു. തന്റെ പദ്ധതി മുഴുവൻ പൊളിഞ്ഞതിൽ അവൻ ദുഃഖിച്ചു. അവൻ കിടപ്പിൽ നിന്നെഴുന്നേല്ക്കാൻ കുറച്ച് സമയമെടുത്തു. മറ്റു മൃഗങ്ങൾ അതുകണ്ട് ശബ്ദമുണ്ടാക്കാതെ ചിരിച്ചു.

മോനുകുരങ്ങൻ രാജാവിന്റെ ആജ്ഞ കേട്ട് മൊബൈൽ പാറപ്പുറത്ത് ശക്തിയായി എറിഞ്ഞുടച്ചു. പല കഷണങ്ങളായ്

ചിതറിത്തെറിച്ച ഫോണിൽനിന്ന് മനുഷ്യർ പോയിട്ട് മൃഗങ്ങൾ പോലും പുറത്തുവന്നില്ല. അവിടെക്കൂടിയവർ പരസ്പരം നോക്കി. നേരത്തെ ശബ്ദം കേട്ടവർക്കും സംശയമായി. "എവിടെ നിന്നാവും ശബ്ദം കേട്ടത്."

മൃഗരാജൻ തങ്കുവിനെ അടുത്തുവിളിച്ചു പറഞ്ഞു:

"മേലിൽ ഇത്തരം തട്ടിപ്പുകളുമായി ഈ പരിസരത്ത് വരരുത്. പൊയ്ക്കോ ഇവിടുന്ന്."

അതുകേട്ട് നാണംകെട്ട് തങ്കുകുറുക്കൻ തല താഴ്ത്തി നടന്നു. നടന്ന്നടന്ന് കുന്നിറങ്ങി. വറ്റിയ പുഴ കടന്ന് മറുഭാഗത്തേക്ക് പോയി.

മൃഗരാജൻ അവിടെ കൂടിയവർക്ക് ചില ഉപദേശങ്ങൾ കൊടുത്തു. തനിക്കുള്ള ഭക്ഷണം മുടങ്ങാതെ എത്തിക്കണമെന്നും ഓർമ്മിപ്പിച്ചു. വന്നവരെല്ലാം തിരിച്ചുപോയി. തലയൻ പോത്തും മീനുവണ്ണാനും മീട്ടുമുയലും രഹസ്യമായി പറഞ്ഞു: "നമ്മുടെ ഭാഗ്യം, നമുക്കീ കാട് മതി." കാടിനെ നനച്ച് ശക്തമായ മഴ പെയ്തു. തങ്കു പോയ വഴി വെള്ളം നിറഞ്ഞു, ആർക്കും അപ്പുറമിപ്പുറം കടക്കാനാവാത്തവിധം.

അരയാലും പെരുമ്പാമ്പും

തോരാമഴയിൽ ആറ്റിങ്ങലാർ നിറഞ്ഞുകവിഞ്ഞു. ആറിന്റെ തീരത്തെ ആറാട്ട് കടവിൽ കൂറ്റൻ അരയാൽ മരം നിന്നു വിറച്ചു. സമീപത്തുള്ള മുളങ്കാടുകൾ ചോദിച്ചു: "നീയെന്തിനാ പേടിക്കുന്നെ നിന്റെ കൂറ്റൻവേരുകൾ നിന്നെ താങ്ങി നിർത്തില്ലേ? തീരത്ത് നില്ക്കുന്ന ഞങ്ങൾക്ക് പേടിയില്ലല്ലോ."

അതുകേട്ട് അരയാലിന് ലജ്ജയുണ്ടായി. അതിന്റെ ഇലകൾ ചാഞ്ചാട്ടം നിർത്തി. അരയാൽ പറഞ്ഞു: "എന്റെ ഉള്ളിൽ മുഴുവൻ പോടാണ്. എനിക്ക് ഉറച്ചുനില്ക്കാൻ കഴിഞ്ഞില്ലെങ്കിൽ..." ഇത്രയും പറഞ്ഞപ്പോൾ തന്നെ അരയാലിന്റെ കണ്ണുകൾ നിറഞ്ഞു.

മുള പറഞ്ഞു: "ഞങ്ങൾ മുങ്ങിയാലേ നിന്നെ മറിക്കാൻ വെള്ളമെത്തു. അതുണ്ടാകില്ല."

അതുകേട്ട് അരയാൽ ആശ്വസിച്ചു. അവളുടെ ഇലകൾ തുള്ളിക്കളിക്കാൻ തുടങ്ങി. പഴുത്തുതുടുത്ത ആലിൻകായകൾ വെള്ളം നിറഞ്ഞ് തൂങ്ങിനില്ക്കയാണ്. പകൽ മുഴുവൻ കാക്കകളുടെ കൈയേറ്റമാണ്. എങ്കിലും അരയാലിന് കിളികളുടെ വരവ് സന്തോഷമാണ്. അവർക്ക് വേണ്ടിയാണ് താൻ കായ്ക്കുന്നതെന്ന് അവൾ കരുതി.

രാത്രിയിൽ മഴ കനത്തു. ആറാട്ടുകടവിന്റെ ഓരോ പടിയും

ചവിട്ടി ചവിട്ടി വെള്ളം കയറിവരുന്നത് അരയാൽ കണ്ടു. ആറാട്ട് നടക്കുമ്പോൾ ദേവൻ മുങ്ങാനെത്തുമ്പോൾ ആറ് ഭയന്നിട്ടെന്ന പോലെ ഉൾവലിയും. പടികൾ മുഴുവൻ വസ്ത്രങ്ങൾ നഷ്ടപ്പെട്ട കുട്ടിയെപ്പോലെ വെളുക്കെ ചിരിക്കും. മണലൂറ്റുകാർ ശല്യം ചെയ്യുംമുമ്പ് ആറ്റിൽ കുഴികുത്തി ആളുകൾ കുളിക്കേണ്ടി വന്നിട്ടുണ്ട്. എന്നാൽ മണലൂറ്റുകാർ ശക്തരായതോടെ ആറ്റിൽ വെള്ളമൊഴിഞ്ഞ നേരമില്ല. ഇടയ്ക്ക് ഉപ്പുവെള്ളം കയറി വരുമ്പോൾ തനിക്ക് അസ്വസ്ഥതയുണ്ടാകാറുണ്ടെന്ന് അവൾ ഓർത്തു. അവൾ തൊട്ടടുത്ത മുളങ്കൂട്ടത്തോടത് പറയുകയും ചെയ്തു.

പെട്ടെന്ന് മുളങ്കൂട്ടത്തിൽ നിന്നൊരു നിലവിളി ഉയർന്നു. അരയാൽ അവരെ വിളിച്ച്കാര്യം തിരക്കി. മുള പറഞ്ഞു:

"ഒഴുക്കിൽപ്പെട്ട ഒരു കൂറ്റൻ പെരുമ്പാമ്പ് ഞങ്ങളുടെ തലയ്ക്ക്മുകളിൽ ചുറ്റിക്കിടക്കുന്നു. ഞങ്ങൾ ഉടൻ ആറ്റുവെള്ളത്തിൽ മുങ്ങും."

അരയാലിന് പേടിയായി. അവൾ പറഞ്ഞു: "അവനോട് കരയിലേക്ക് നീന്തിക്കയറാൻ പറയു."

അരയാലിന്റെ വാക്ക് പെരുമ്പാമ്പ് കേട്ടു. അവൻ വെള്ളത്തിലൂടെ നീന്തി അരയാലിന്റെ ചുവട്ടിലെത്തി. മുളകൾ വീണ്ടും തലയുയർത്തി.

വീണ്ടും മഴ ശക്തിപ്രാപിച്ചു. മലവെള്ളപ്പാച്ചിലിൽ ആറാട്ടു കടവിന്റെ മുഴുവൻ പടികളും നിറഞ്ഞുകവിഞ്ഞു. അതോടെ അരയാലിന്റെ ചുവട്ടിലും വെള്ളമെത്തി. ഒരു നീണ്ട തെങ്ങോളം താഴ്ചയുള്ള ആറും കരയും തമ്മിൽ തിരിച്ചറിയാനാകാത്ത വിധമായി.

പെരുമ്പാമ്പ് വേഗം അരയാലിനെ ചുറ്റി മുകളിലേക്ക് കയറി. മരത്തിന്റെ വിശാലമായ പോടിനുള്ളിൽ കടന്നു. അരയാലൊന്ന് വിറച്ചു. അവൾ പറഞ്ഞു:

"നിന്റെ ഭാരം എനിക്ക് താങ്ങാൻ വയ്യ. നീ വേഗം താഴെയിറങ്ങി കരയിലേക്ക് കയറൂ."

മുളങ്കൂട്ടത്തിൽനിന്ന് ചോദ്യമുണ്ടായി.

"എന്താണ് അവിടെ പ്രശ്നം?"

അരയാൽ തന്റെ സങ്കടം പറഞ്ഞു. "നിങ്ങളെ രക്ഷിക്കാൻ ശ്രമിച്ച് എനിക്ക് പണിയായി."

ഇതുകേട്ട് പെരുമ്പാമ്പ് പറഞ്ഞു:

"ഞാൻ കിഴക്കൻ മലയിൽനിന്ന് ഉരുൾപൊട്ടലിൽപ്പെട്ട് വരികയാണ്. ഇനിയും ഏറെ ദൂരം എനിക്ക് പോകാൻ കഴിയില്ല. മനുഷ്യരുടെ കണ്ണിൽപ്പെട്ടാൽ കഥ കഴിഞ്ഞതുതന്നെ."

"നീ വേഗം താഴെയിറങ്ങൂ. നിന്റെ ഭാരം എനിക്ക് താങ്ങാനാകുന്നില്ല." അരയാൽ തന്റെ സങ്കടം പറഞ്ഞു.

പെരുമ്പാമ്പ് തല പുറത്തേക്ക് നീട്ടി. ശക്തമായ മിന്നലിൽ അരയാൽ ചുവട്കവിഞ്ഞ് വെള്ളം ഒഴുകുന്നതുകണ്ട് അവൻ മനസ്സിലോർത്തു. 'താഴെയിറങ്ങിയാൽ ഇനി രക്ഷപ്പെടില്ല. ഈ പ്രളയകാലത്ത് ഇതിനുള്ളിൽ കഴിയാം. അവൻ തല വലിച്ചു വിശ്രമം തുടങ്ങി.

പെട്ടെന്ന് മുളങ്കൂട്ടത്തിൽനിന്ന് നിലവിളി ഉയർന്നു. അരയാൽ എത്തിനോക്കി. തന്റെ തൊട്ടടുത്തുനിന്ന മുളങ്കൂട്ടത്തെ കാണാനില്ല. ഇപ്പോൾ മുളയുടെ ശബ്ദവും കേൾക്കാനില്ല. മിന്നൽ വെളിച്ചത്തിൽ മുള നിന്നിടം കവിഞ്ഞ് വെള്ളമൊഴുകുന്ന കാഴ്ചയാണ് കണ്ടത്.

അരയാലിന് ഭയമിരട്ടിച്ചു. ഉറക്കെ കരയാൻ തോന്നി. കരയിലെ മരങ്ങൾ എല്ലാം സുരക്ഷിതരാണ്. താൻ പുഴവക്കിലാണ്. പെരുമ്പാമ്പ് വന്നുകയറിയതോടെ തന്റെ ഭാരം വല്ലാതെ കൂടി. കാറ്റ് വീണ്ടും വീശിത്തുടങ്ങി. ഇത്തവണ പെരുമ്പാമ്പിരുന്ന പോടിനുള്ളിലേക്ക് മഴവെള്ളം ഇറങ്ങിത്തുടങ്ങി. പെരുമ്പാമ്പ് പോടിനുള്ളിൽനിന്ന് പുറത്തേക്കിറങ്ങി. അരയാലിന് സന്തോഷമായി. താൻ സ്വതന്ത്രയായതുപോലെ അവൾക്ക് തോന്നി. അവൾ സന്തോഷത്തോടെ പെരുമ്പാമ്പിനോട് പറഞ്ഞു. "നീ ഇറങ്ങിയത് നന്നായി. വേഗം കരയിലേക്ക് പോയി മറ്റ് മരങ്ങളിൽ കയറൂ."

പെരുമ്പാമ്പ് പറഞ്ഞു. "എനിക്ക് ഇനി നീന്താൻ വയ്യ. ഇതിനുള്ളിൽ നിറയെ വെള്ളം നിറഞ്ഞു. ഞാൻ നിന്റെ മുകളിലെ ചില്ലകളിൽ ചുറ്റിക്കിടക്കാൻ പോകയാണ്." ഇത്രയും പറഞ്ഞ് പെരുമ്പാമ്പ് മുകളിലേക്ക് കയറി. അരയാലിന് എന്തെങ്കിലും പറയാൻ കഴിയുന്നതിനുമുമ്പ് ആറ്റിലേക്ക് മെല്ലെ മെല്ലെ

അവൾ ചാഞ്ഞു. അവളുടെ തലയിലേറിയ ഭാരം അവളെ തന്റെ പ്രിയപ്പെട്ട ആറ്റിൽ മുക്കിക്കളഞ്ഞു. പെരുമ്പാമ്പ് കുത്തൊഴുക്കിൽപ്പെട്ട് ചുറ്റിത്തിരിഞ്ഞ് ഉയർന്ന്വന്ന് ഒഴുക്ക് തുടർന്നു. പിന്നാലെ കടപുഴകി അരയാലും ആറ്റിലെ ഒഴുക്കിനൊപ്പം ചേർന്നു.

കരകാക്കയും കടൽകാക്കയും

ഒരു കടലോര ഗ്രാമത്തിലെ ബന്ധുക്കളെ കാണാൻ കർക്കടകവാവ് ദിവസം രണ്ട് കാക്കകളെത്തി. ഡോലുവെന്നും ഡാലുവെന്നും പേരുള്ള ആ സഹോദരങ്ങൾ എല്ലാ വർഷവും കടപ്പുറത്തെത്താറുണ്ട്. ബലിച്ചോറ് ധാരാളം കിട്ടുന്ന ദിവസമാണന്ന്. ബന്ധുക്കൾക്കും അവരുടെ വരവ് സന്തോഷമാണ്. അതിഥികൾക്ക് പ്രത്യേകമായി ഒന്നും കരുതേണ്ടതില്ല. ധാരാളം ബലിച്ചോറ് കിട്ടുമല്ലോ.

ബന്ധുക്കളുമായി ബലിച്ചോറുണ്ണുന്ന നേരത്താണ് തിരമാലകൾക്ക് മുകളിൽ പറന്നുകളിക്കുന്ന കുറേ കടൽകാക്കകളെ അവർ കണ്ടത്. ഡോലുവിന് അവയുടെ ഒതുങ്ങിയ ശരീരമാണ് ഏറെ ഇഷ്ടപ്പെട്ടത്. ഡോലു ഡാലുവിനോട് അവയെപ്പറ്റി പറഞ്ഞു. ഡാലു അവന്റെ ബന്ധുവിനോടു പറഞ്ഞു. സോലനെന്നായിരുന്നു ആ ബന്ധുവിന്റെ പേര്.

സോലൻ ചിരിച്ചുകൊണ്ട് പറഞ്ഞു: "അത് ദേശാടന പക്ഷികളായ കടൽകാക്കകളാ. ദിവസങ്ങളോളം പറന്നാണ് അവർ ദേശങ്ങൾ തോറും സഞ്ചരിച്ചെത്തുന്നത്. എല്ലാ സീസണിലും അവർ വരാറുണ്ട്."

ഡോലു പറഞ്ഞു. "എനിക്കവരെ പരിചയപ്പെടണമെന്നുണ്ട്."

"അവർക്ക് നമ്മുടെ ഭാഷയറിയില്ല. എങ്കിലും വർഷങ്ങളായി വരുന്ന ചിലർക്ക് അത്യാവശ്യം നമ്മുടെ ഭാഷയറിയാം.

ഏതായാലും നിന്റെ ആഗ്രഹമല്ലേ. നമുക്ക് പരിചയപ്പെടാം." സോലൻ അവരെയുംകൂട്ടി കടൽകാക്കകൾക്കടുത്തേക്ക് പോയി.

ആദ്യം കടൽകാക്കകൾ അവരെ കണ്ട ഭാവം നടിച്ചില്ല. അവർ കടലിന്റെ വെള്ളി അരഞ്ഞാണം പോലെ കരയിലേക്ക് ഉരുണ്ടുകയറി വരുന്ന തിരമാലകൾ ഇറങ്ങിപ്പോകുമ്പോൾ അതിന്റെ കൂടെ സഞ്ചരിച്ച്‌വരുന്ന ചെറുപ്രാണികളെ കൊത്തിയകത്താക്കുന്ന തിരക്കിലാണ്. മറ്റുള്ളവരെ ശ്രദ്ധിക്കാൻ അവർക്കെവിടെ നേരം. തിരയിറങ്ങിപ്പോയി അടുത്ത തിരവരും വരെ മാത്രമാണ് അവർ തല ഉയർത്തുന്നത്.

തിരയ്ക്കുള്ളിൽ വരുന്ന ചെറുപ്രാണികൾ വേഗത്തിൽ മണ്ണിലേക്കാഴ്ന്നിറങ്ങും. വളരെ രുചിയോടെ അവ തിന്നുന്നത് നോക്കി നിന്ന ഡാലുവിനും ഡോലുവിനും കൊതി വന്നു. ഡോലൻ കാക്ക പറഞ്ഞു: "നമുക്ക് ഇതുപോലെ തിന്നാൻ കഴിയുന്നില്ലല്ലോ. നമ്മുടെ വായ നിറയെ മണലാകും കയറുക. പണ്ട് കൊതികൊണ്ട് ഞങ്ങളും ഇത്തരം പ്രാണികളെ പിടിക്കാൻ നോക്കി പരാജയപ്പെട്ടിട്ടുണ്ട്. ഞങ്ങൾ ചെറുഞണ്ടുകളെ തിന്നാണ് സമാധാനിക്കാറ്."

ഡാലുവിന് തിരവരുമ്പോഴുള്ള അവരുടെ ഓട്ടമാണ് ഏറെ ഇഷ്ടപ്പെട്ടത്. എന്ത് നീണ്ടകാലുകൾ. എന്താ അതിന്റെ വേഗം.

പതിവില്ലാതെ തങ്ങളുടെയടുത്ത് ചുറ്റിപ്പറ്റി നില്ക്കുന്ന കരകാക്കകളെ കടൽകാക്കകൾ ശ്രദ്ധിച്ചുതുടങ്ങി. അവരിലൊരുവൻ അവരോട് ചോദിച്ചു:

"എന്താ നാട്ടുകാരെ, പതിവില്ലാതെ?"

ഇതുകേട്ട് ചിരിച്ചുകൊണ്ട് സോലൻ പറഞ്ഞു:

"ഇത് എന്റെ ബന്ധുക്കളാ. വാവുബലി പ്രമാണിച്ച് വന്നതാണ്. നിങ്ങളെ കണ്ടപ്പോൾ ഡാലനും ഡോലനും പരിചയപ്പെടണമെന്നുതോന്നി. നിങ്ങൾ പല പല രാജ്യങ്ങൾ താണ്ടി വരുന്നവരല്ലേ."

കടൽകാക്ക തന്റെ സൂചിമുനപോലെയുള്ള ചുണ്ടുകൾ തുറന്ന്ചിരിച്ചു.

"അതിനെന്താ പരിചയപ്പെടാമല്ലോ."

"ഞങ്ങൾ സ്വീഡനിൽ നിന്നാണ്‌വരുന്നത്. അങ്ങനെ

സ്ഥിരമായൊരു രാജ്യം ഞങ്ങൾക്കില്ല. സീസൺ അനുസരിച്ച് ഞങ്ങൾ മാറിമാറി സഞ്ചരിച്ചുകൊണ്ടേയിരിക്കും. ദിവസങ്ങളോളം നിർത്താതെ കടൽപ്പരപ്പിൽ പറന്നുനടക്കും. അങ്ങനെ നിങ്ങളുടെ നാട്ടിലുമെത്തും." ഭാഷയുടെ പോരായ്മയുണ്ടെങ്കിലും അവർക്ക് കാര്യം മനസ്സിലായി.

ഡാലു ഇതുകേട്ട് പെട്ടെന്ന് ചോദിച്ചു; "ഞങ്ങളെക്കൂടി കൂട്ടുമോ നിങ്ങൾക്കൊപ്പം."

സോലൻ ഞെട്ടിപ്പോയി: "ഡാലു, നീ എന്താ ഈ പറയുന്നത്? ദിവസങ്ങളോളം ഈ കടലലകൾക്ക് മുകളിലൂടെ പറക്കുകയോ? ഏതായാലും ഞാനില്ല."

കടൽകാക്ക ഇതുകേട്ട് സമാധാനമായി പറഞ്ഞു: "സുഹൃത്തേ, ആലോചിച്ചിട്ട് തന്നെയാണോ ഈ പറയുന്നത്? നിങ്ങളുടെ ചിറകുകൾക്ക് ഇത്രദൂരം സഞ്ചരിക്കുവാൻ ശക്തിയുണ്ടാകുമോ?"

ഡോലുവിനും ഡാലുവിന്റെ മനസ്സാണെങ്കിലും നാട്വിട്ടു സഞ്ചരിക്കുന്നതിനോട് താല്പര്യമില്ല. എങ്കിലും സഹോദരന്റെ ആഗ്രഹത്തെ തള്ളാനും വയ്യ. ഡോലു പറഞ്ഞു:

"പറക്കാൻ ഞങ്ങൾ മിടുക്കരാണ്. ഒരുദിവസം എത്ര ദൂരമാണ് ഞങ്ങൾ പറന്ന്നടക്കുന്നത്?"

സോലൻ അതുകേട്ട് പുച്ഛസ്വരത്തിൽ മറുപടി പറഞ്ഞു:

"ഇടയ്ക്കിടെ മരക്കൊമ്പുകളിലിരുന്ന് വീടുകളുടെ പിന്നാമ്പുറങ്ങളിലെ എച്ചിൽ തേടുന്നതുപോലെയല്ല ഇത്. നോക്കെത്താദൂരം കടൽപ്പരപ്പിലൂടെയാണ് പറക്കേണ്ടത്. തളർന്ന് കടലിൽ വീണാൽ ആൾപിടിയൻ സ്രാവുകൾ അകത്താക്കുകയും ചെയ്യും."

ഇതൊന്നും ഡാലുവിന്റെ മനസ്സിളക്കിയില്ല

കടൽകാക്ക ഡാലുവിനോട് ചോദിച്ചു:

"എപ്പോഴെങ്കിലും കടലിൽ പറന്നിട്ടുണ്ടോ?"

സോലനാണ് അതിന് മറുപടി പറഞ്ഞത്: "ഇവർ വിരുന്നു വരുന്ന സമയത്ത് ഞങ്ങൾ കാറ്റില്ലാത്ത കടൽപ്പരപ്പിന് മുകളിൽ കുറച്ചുനേരം പറന്ന് നടക്കാറുണ്ട്."

കടൽകാക്ക അത് ഗൗരവത്തോടെ കേട്ടു. "ഞങ്ങൾ ഏതായാലും കൊണ്ടുപോകാൻ തയ്യാറാണ്. പക്ഷേ,

ഓളപ്പരപ്പിൽ വീണു പോയാൽ രക്ഷിക്കാൻ ആർക്കുമാവില്ല. സീസൺ തീരാറായി. നല്ല നിലാവുള്ള ദിനങ്ങളാണ് ഇനി വരാനുള്ളത്. ഞങ്ങൾ മാലി ദ്വീപിലേക്കാണ് പോകുന്നത്. രണ്ട് ദിവസം പറക്കേണ്ടി വരും.

അതുകേട്ട് ഡാലുവിന് സന്തോഷമായി. ഡോലുവും തലകുലുക്കി. സോലനും പോകണമെന്ന്തോന്നി. ഒടുവിൽ പോകാനുള്ള ദിവസമായി. കൂട്ടുകാരെല്ലാം അവരെ യാത്രയാക്കാനെത്തിയിരുന്നു. കൂട്ടത്തിലെ മുത്തച്ഛൻ കാക്ക എന്നറിയപ്പെടുന്ന പീലു കാക്ക മാത്രം അവരോട് യാത്രയെക്കുറിച്ച് ഒന്നുകൂടി ആലോചിക്കാൻ പറഞ്ഞു. പക്ഷേ, അവർക്ക് രണ്ടാമതൊന്ന് ആലോചിക്കാൻ ഉണ്ടായിരുന്നില്ല. ഡോലു പറഞ്ഞു:

"ഞങ്ങൾ മറ്റ്രാജ്യങ്ങളിൽ പോയി വരുമ്പോൾ ഇവരെപ്പോലെ വെളുത്തിരിക്കും. നിങ്ങൾ തിരിച്ചറിയാതെ പോകരുത്."

അതുകേട്ട് കാക്കകൾ കൂട്ടച്ചിരി ചിരിച്ചു. എല്ലാവരോടും യാത്ര പറഞ്ഞ് അവർ കടൽപ്പരപ്പിലേക്ക് പറന്നുയർന്നു.

കടൽകാക്കകൾക്കൊപ്പം ഡാലനും ഡോലനും സോലനും പറന്നു. മണിക്കൂർ ഒന്ന്കഴിഞ്ഞതോടെ ഡാലൻ പിന്നിലാകാൻ തുടങ്ങി. കടൽകാക്കകൾ കുറേദൂരം പോയശേഷം കൂട്ടുകാരെ തിരക്കി തിരികെ പറന്നുവന്നു. ഡോലനും സോലനും ചിറകുകൾക്ക് കനം വച്ചതുപോലെ തോന്നിത്തുടങ്ങി.

ഡാലൻ കടൽകാക്കകളോട് ചോദിച്ചു: "നമ്മൾ എത്താറായോ?"

കടൽകാക്കകൾ പറഞ്ഞു: "ഇത്രയും ദൂരം ഇനിയും പറന്നാലേ നമുക്ക് വിശ്രമിക്കാനുള്ള തുരുത്തിലെത്തൂ. നിങ്ങളോട് കാര്യങ്ങളെല്ലാം നേരത്തേ പറഞ്ഞതല്ലേ?"

ഡാലൻ പറഞ്ഞു:

"എനിക്കിനി പറക്കാനാവില്ല. എന്റെ ചിറകുകൾ കുഴയുന്നു." അതുകേട്ട ഡോലനും സോലനും പറഞ്ഞു: "ഞങ്ങളുടേയും ചിറകുകൾ കുഴയുന്നു."

അവർ പറഞ്ഞ് തീരുംമുമ്പേ ഡാലൻ ജലപ്പരപ്പിന് മുകളിൽ ചിറകുവിടർത്തി കിടപ്പായി. അതുകണ്ട് കടൽകാക്കകൾ പറഞ്ഞു: "കൊമ്പൻ സ്രാവുള്ള ഭാഗമാണ്. നീ വേഗം

പറന്നുയരാൻ നോക്ക്." കടൽകാക്കകൾക്കൊപ്പം ഡോലനും സോലനും ചുറ്റിപ്പറന്നു. ഡാലൻ കടലിലെ ഉപ്പുവെള്ളവും കുടിച്ചു. അതോടെ അവന്റെ ക്ഷീണവും കൂടി.

കടൽകാക്കകൾക്കും പേടിയായി. അവർ പറഞ്ഞു: "ഞങ്ങൾക്ക് ഏറെദൂരം പോകേണ്ടതുണ്ട്. നിങ്ങൾക്കൊപ്പം നിന്നാൽ ഞങ്ങളും തളർന്നു വീഴും."

ഡോലനും സോലനും ഡാലനെ പ്രോത്സാഹിപ്പിച്ചു. പക്ഷേ അവൻ ഉയർന്ന് പൊങ്ങിയെങ്കിലും കുറച്ചുദൂരം ചെന്നതോടെ വീണ്ടും ഓളപ്പരപ്പിൽ വീണു. ഡാലന് മരണഭയം ഏറുകയും ചെയ്തു.

കടൽകാക്കകൾ അവരെ ഉപേക്ഷിച്ച് പറക്കാൻ തീരുമാനിച്ചു. അവർ പറന്നകലുന്നതുനോക്കി ആ വിശാലമായ കടൽപ്പരപ്പിൽ കുറേ നേരം സോലനും ഡോലനും പറന്നുനടന്നു. അവർക്ക് സങ്കടം വന്നു. സോലൻ സ്വയം പഴി പറഞ്ഞുകൊണ്ടിരുന്നു. അവർ മൂവരും മരണത്തെപ്പറ്റി ചിന്തിച്ചു.

പെട്ടെന്ന് ദൂരെനിന്നും ഒരു കപ്പലിന്റെ ഹോൺ മുഴങ്ങി. സോലൻ ശബ്ദംകേട്ട ദിക്ക് നോക്കി പറന്നു. ഡോലനും അവിടേക്ക് പറന്നു. കപ്പൽ വരുന്നതുകണ്ട് സോലനും ഡോലനും സന്തോഷമായി. അതിന്റെ പുറത്തിരുന്ന് യാത്ര ചെയ്യുന്നതോർത്ത് സന്തോഷിച്ചു. പക്ഷേ, ഡാലനെ എന്തുചെയ്യും. കപ്പൽ അടുത്തെത്താറായി.

ഓളപ്പരപ്പിനു മുകളിലൂടെ ചെറിയ ഡോൾഫിനുകൾ ചാടിമറിഞ്ഞു വരുന്നതുകണ്ട് അവശനായി കിടന്നിരുന്ന ഡാലുകാക്ക പറന്നുയർന്നു. മരണഭയം അവനെ അത്രമേൽ ശക്തനാക്കി. അവൻ അടുത്തെത്താറായ കപ്പലിന്റെ മുകൾത്തട്ടിൽ പറന്നുവീണു. അവനൊപ്പം കൂട്ടിനായി ഡോലനും സോലനും പറന്നിറങ്ങി.

ചിറക് കുടഞ്ഞ് ഡാലൻ ഉന്മേഷവാനായി. നേരം പുലരാറായതോടെ കിഴക്ക്കര കണ്ടുതുടങ്ങി.

ഡാലൻ അവരോട് പറഞ്ഞു: "നമുക്ക് പറക്കാം. നമ്മുടെ നാട്ടിലെത്തിയിട്ട് വേണം ജീവൻ തിരിച്ചുകിട്ടിയത് ആഘോഷിക്കാൻ. നേരം പുലർന്നതോടെ കപ്പലിന്റെ

മുകൾത്തട്ടിൽനിന്നും ഡാലനും ഡോലനും സോലനും പറന്ന്കരയിലിറങ്ങി. അവിടെനിന്ന് തീറ്റ തേടിയശേഷം സ്വന്തം നാട്ടിലേക്ക് പറന്നു. ദേശാടനത്തിന് പോയവർ പിറ്റേന്നുതന്നെ തിരിച്ചെത്തിയതുകണ്ട്, കൂട്ടുകാർ കളിയാക്കി. പിന്നീടൊരിക്കലും അവർ ദേശാടനപ്പക്ഷികളെ കണ്ടാൽ പരിചയപ്പെടാനേ പോയിട്ടില്ല.

ടുട്ടു മുയലിന്റെ ക്യാരറ്റ്

സുന്ദരനായ ടുട്ടു മുയലിന് ഒരിക്കൽ നാട്ടിലിറങ്ങി മനുഷ്യരെയൊക്കെ കാണാൻ മോഹം തോന്നി. കാട്ടിലും നാട്ടിലും കറങ്ങിനടക്കുന്ന കോലൻ കാക്കയാണ് അവന്റെ മനസ്സിൽ മനുഷ്യരെപ്പറ്റിയുള്ള ചിന്തകളുണ്ടാക്കിയത്. അവൻ കൂട്ടുകാരുമായി വഴക്കടിക്കുമ്പോഴാണ് കാട്ടിലേക്ക് വരിക. ഇടയ്ക്ക് ചില കൂട്ടുകാരെയും കൊണ്ടുവരാറുണ്ട്.

കോലൻ കാക്കയെ കണ്ടാലുടൻ മുയലുകളും കീരികളും മൈനകളും വണ്ണാത്തിപ്പുള്ളുകളുമെല്ലാം അടുത്തുകൂടും. കാട്ടിലെ ഒരു ചെറുതടാകക്കരയിലാണ് അവർ ഒത്തുകൂടുന്നത്. കാക്ക മരക്കൊമ്പിൽനിന്ന് താഴെയിറങ്ങി വെള്ളം കുടിച്ചിട്ട് നാട്ടു വിശേഷങ്ങൾ മുഴുവൻ പറയും.

ആ കഥ പറച്ചിൽ കേട്ടാണ് ടുട്ടു മുയലിന് നാടുകാണാൻ മോഹമുണ്ടായത്. അവൻ ആ സദസ്സിൽ വച്ച് കൂട്ടുകാർ കേൾക്കെ ചോദിച്ചപ്പോൾ കൂട്ടുകാർ അവനെ കളിയാക്കി ചിരിച്ചു. കോലൻ കാക്ക മറുപടിയൊന്നും പറഞ്ഞതുമില്ല. കഥ കേട്ട് വെള്ളവും കുടിച്ച് എല്ലാവരും പിരിഞ്ഞെങ്കിലും ടുട്ടു മുയൽ ഏറ്റവും അവസാനമാണ് പോയത്.

അവൻ നാളെ നേരത്തേ എത്തണമെന്ന് മനസ്സിലുറപ്പിച്ചു. പിറ്റേന്ന് ടുട്ടു മുയൽ തന്റെ കൂട്ടുകാരെല്ലാം എത്തുന്നതിന്മുൻപേ

എത്തി തടാകത്തിലിറങ്ങി വെള്ളം കുടിച്ചിട്ട് കാക്കയുടെ വരവും കാത്ത് മരച്ചുവട്ടിൽ ഇരിപ്പായി. കോലൻ കാക്കയുടെ രൂപം ദൂരെ തെളിഞ്ഞു. അവന് സന്തോഷമായി. കോലനോട് ചോദിച്ച് നാടു കാണാൻ പോകണമെന്നവനുറച്ചു. കാക്കയുടെ കൂടെ നാട്ടിൽ നിന്നും ഇത്തവണ ഒരു കൂട്ടുകാരനുമുണ്ട്. രണ്ടുപേരും മരത്തിൽ വന്നിരുന്നതോടെ മുയൽ വിളിച്ചു. "കോലനേ......." കോലനും കൂട്ടുകാരനും ഏറ്കണ്ണിട്ട് താഴേക്ക് നോക്കി.

"അല്ലേ, ഇതാരാ ടുട്ടു മുയലോ? എന്താ ഇത്രനേരത്തേ?"

ടുട്ടു മുയൽ പറഞ്ഞു. "കോലനേ, എനിക്ക് നാട്ടിൽ പോണം. നീ എന്നെ സഹായിക്കണം."

ഇതുകേട്ട് കോലൻ കാക്കയുടെ കൂട്ടുകാരനാണ് മറുപടി കൊടുത്തത്.

"നാട്ടിൽ കൊണ്ടുപോകാം. അതിന് ഞങ്ങൾക്ക് ചെലവ് ചെയ്യണം."

ഇതുകേട്ട് മുയലിന് സന്തോഷമായി. ഏതായാലും കൊണ്ടു പോകാമെന്ന് പറഞ്ഞല്ലോ. അതുതന്നെ ധാരാളം.

"ഞാനെന്താണ് പകരം തരേണ്ടത്." ഇത്കേട്ട് കാക്കകൾ പരസ്പരം നോക്കി ചിരിച്ചു. എന്നിട്ട് പറഞ്ഞു. "അതൊക്കെ നാട്ടിലെത്തി വന്നിട്ട്പറയാം."

കോലൻ നീട്ടിയൊന്ന് വിളിച്ചു. അവന്റെ ശബ്ദം തിരിച്ചറിഞ്ഞ കൂട്ടുകാരെല്ലാം വേഗം മരച്ചുവട്ടിലെത്തി.

കൂട്ടുകാരെ കണ്ട ആവേശത്തിൽ മുയൽ താൻ നാട്ടിൽ പോകുന്ന വർത്തമാനം അവതരിപ്പിച്ചു.

ഇത്കേട്ട് കോലൻ കാക്കയുടെ കൂട്ടുകാരൻ തല ഉയർത്തി പ്പിടിച്ച് കൂട്ടുകാരോട് ചോദിച്ചു, "നാടു കാണാൻ ആരെങ്കിലും വരുന്നുണ്ടോ"യെന്ന്. ആരും ഒന്നും മിണ്ടാതെ പരസ്പരം നോക്കിയിരുന്നപ്പോൾ തത്ത മാത്രം പറഞ്ഞു:

"ഞാൻ നെല്ല് വിളയുന്ന കാലമാകുമ്പോൾ പോയി കതിരറുത്തുകൊണ്ട് വന്ന് തിന്നാറുണ്ട്. പക്ഷേ, മനുഷ്യരുടെ കണ്ണിൽപ്പെട്ടാൽ ജീവൻ പോയതുതന്നെ. ഒരിക്കൽ നെൽക്കതിരറുത്തെടുത്തുകൊണ്ടിരിക്കുമ്പോൾ എന്റെ തൂവലുകൾക്കിടയിലൂടെ ഒരു കല്ല് ചീറിപ്പാഞ്ഞ് പോയി. തെറ്റാടി

കൊണ്ട് ഉന്നംപിടിച്ച് മനുഷ്യർ പ്രയോഗിക്കുന്നതാണ്. ആയുസ്സിന്റെ ബലംകൊണ്ട് ഞാൻ രക്ഷപ്പെട്ടു."

"ഞാനേതായാലും പോകാൻ തീരുമാനിച്ചു. നീ നെല്ല് കട്ടെടുത്തതു കൊണ്ടല്ലേ ഏറ്കിട്ടിയത്" - ടുട്ടു മുയലിന്റെ മറുപടി കേട്ട് കൂട്ടുകാരെല്ലാം തത്തമ്മയെ കളിയാക്കി ചിരിച്ചു.

കോലൻ കാക്ക പറഞ്ഞു. "പൗർണ്ണമിയിൽ നമുക്ക് പോകാം. നല്ല നിലാവുള്ളതിനാൽ രാത്രിയിൽ പോകാം. നിനക്ക് ധാരാളം ക്യാരറ്റ് കിട്ടുന്ന സ്ഥലങ്ങൾ ഞങ്ങൾ കാണിച്ചു തരാം."

ക്യാരറ്റെന്ന് കേട്ടപ്പോൾ മുയലിന്റെ വായിൽ വെള്ളമൂറി. കാട്ടിൽ ക്യാരറ്റ് കാണാൻപോലും കിട്ടാറില്ല. മുയലിന് ആവേശമായി. മൂന്നാംനാൾ പൗർണ്ണമിയാണ്. അന്നുരാത്രി പോകാനിറങ്ങാം.

അങ്ങനെ അവർ മൂവരുംകൂടി യാത്ര തിരിച്ചു. കാക്കകൾ പറന്ന് കുറേ ദൂരം പോയിരിക്കും. ഓട്ടക്കാരനായതിനാൽ മുയലും വേഗത്തിൽ അവരിരിക്കുന്ന മരത്തിനടുത്തെത്തും. വരണ്ടുണങ്ങിയ പുൽമേട കടന്നപ്പോൾ കൃഷി ഭൂമി കാണാറായി. കുറച്ച് ഭാഗത്ത് ക്യാരറ്റ്കൃഷി ചെയ്തിട്ടുണ്ട്. ക്യാരറ്റ് കണ്ടയുടൻ മുയലിന്റെ മനസ്സിളകി. കാക്കകൾ അവനടുത്തെത്തിയിട്ട് പറഞ്ഞു. "വേഗം കുറച്ച് തിന്നോളു. നേരം പുലർന്നാൽ മനുഷ്യർ കൃഷിയിടത്തിലെത്തും."

മുയൽ ആർത്തിയോടെ ക്യാരറ്റുകൾ മാന്തിയെടുത്തു. നല്ല മുഴുത്ത ക്യാരറ്റുകൾ. ടുട്ടു മുയൽ രുചിയോടെ തിന്നു. അവൻ തന്റെ വർഗ്ഗക്കാരെപ്പറ്റിയോർത്തു. ഇത്രയും രുചികരമായ ഭക്ഷണം ഇവിടെ കിടക്കുമ്പോളാണ് കാട്ടിലെ ഉണക്കപ്പുല്ല് തിന്ന് നാളുകൾ കഴിക്കുന്നത്.

കുറച്ച്നേരം കഴിഞ്ഞപ്പോൾ കാക്കകൾ പറഞ്ഞു, "വരൂ നിനക്ക് നാട്കാണണ്ടേ, നാട്ടിലെ മനുഷ്യരെ കാണണ്ടേ."

ടുട്ടു മുയൽ അവർക്കൊപ്പം വീണ്ടും യാത്രയായി. കുറച്ച് ദൂരം ചെന്നപ്പോൾ സമൃദ്ധമായി വിളഞ്ഞുകിടക്കുന്ന നെൽവയലിനരികിൽ ഒരു കൂറ്റൻ വീട്, വീട്ടുപറമ്പിലെ ഒരു മരത്തിന്റെ താഴ്ന്ന കൊമ്പിലിരുന്ന കാക്ക പറഞ്ഞു, "ഇതാണ് ജന്മിയുടെ വീട്. നീ ഇവിടെ നില്ക്ക് ഞങ്ങളിപ്പോൾ വരാം."

എന്നുപറഞ്ഞ് കാക്കകൾ പറന്നു.

പെട്ടെന്ന് യജമാനന്റെ വീട്ടിലെ പട്ടികൾ രണ്ടെണ്ണം മുയലിന് നേരെ കുരച്ചുപാഞ്ഞു. കാക്കകൾ മരത്തിന് മുകളിലിരുന്ന് കളിയാക്കി ചിരിച്ചു. പട്ടികളുടെ വരവുകണ്ട് ഭയന്ന മുയൽ ഓടി നെല്ലിനിടയിൽ കയറിയിരുന്നു. പട്ടികൾ കുറച്ച്ദൂരം ഓടിനടന്ന് കുരച്ചെങ്കിലും മുയലിനെ കണ്ടുപിടിക്കാൻ കഴിഞ്ഞില്ല. പട്ടികൾ തിരിച്ചുപോയെന്ന് മനസ്സിലാക്കിയ മുയൽ ധൈര്യം സംഭരിച്ച് വരമ്പിൽ കയറി. പിന്നീട് വന്നവഴി ഒറ്റയോട്ടം. പോയവഴി ക്യാരറ്റ് പറിക്കാനും മറന്നില്ല. പക്ഷേ, ടുട്ടു മുയൽ പിന്നീടൊരിക്കലും നാട് കാണാൻ ആഗ്രഹിച്ചില്ല. അങ്ങനെ ഉള്ളത്കഴിച്ച് തന്റെ കാട്ടിലെ കൂട്ടുകാർക്കൊപ്പം അവൻ കഴിഞ്ഞു. കാക്കകൾ പിന്നീട് ആ വഴി വന്നിട്ടേയില്ല.

റിഞ്ചുക്കുരങ്ങന്റെ സങ്കടങ്ങൾ

നീണ്ടുകിടക്കുന്ന തീവണ്ടിപ്പാളത്തിനരികിലെ പുളിമരത്തിൽനിന്ന് പച്ചപ്പുളി പറിച്ച്തിന്ന് രസിക്കുകയാണ് മോഞ്ചിക്കുരങ്ങനും കൂട്ടുകാരും. മോഞ്ചിക്കുരങ്ങനാണ് നേതാവ്. അവൻ പറയുന്നത് എല്ലാവരും കേട്ടുകൊള്ളണം.

എന്നാൽ മോഞ്ചിയെ ഇഷ്ടമില്ലാത്തവരും ആ കൂട്ടത്തിലുണ്ട്. അവർക്ക് പക്ഷേ, അവനെ എതിർക്കാനുള്ള ശക്തിയില്ല. അവന്റെ ശരീരം കണ്ടാൽത്തന്നെ ഭയമാകും. അത്രയ്ക്ക് തടിയുണ്ടവന്. അഭ്യാസങ്ങൾ കാട്ടാൻ അവനോളം മിടുക്കുള്ളവർ ആ കൂട്ടത്തിലില്ല. ഒരിക്കൽ അവരുടെ കൂട്ടത്തിലുള്ള സഞ്ചു എന്ന വാൽമുറിയൻ കുരങ്ങിനെ തീവണ്ടിക്കുമുന്നിൽ തള്ളിയിട്ടു കൊന്നവനാണ് മോഞ്ചി.

മോഞ്ചിയുടെ ഏറ്റവും അടുത്ത കൂട്ടുകാരൻ ഇപ്പോൾ സഞ്ചുവിന്റെ അനുജനായ റിഞ്ചുവാണ്. റിഞ്ചുവും ശരീരവലിപ്പത്തിൽ മോഞ്ചിക്കടുത്തെത്തും. എന്നാൽ റിഞ്ചു തന്റെ ചേട്ടന്റെ കൊലപാതകിയുടെ കൂട്ട് നേടിയതെന്തിനെന്ന് കൂട്ടുകാർക്ക് അത്ഭുതമാണ്.

പുളിമരത്തിന്റെ ഉടമസ്ഥൻ കുരങ്ങുകളെ കണ്ട് അവിടേക്ക് വന്നു. പാളത്തിനരികിൽനിന്ന് കല്ലുകൾ പെറുക്കി എറിയാൻ തുടങ്ങി. കുരങ്ങുകൾക്ക് രസം പിടിച്ചു. അവരും അയാളെ

പുളികൾ പറിച്ചെറിയാൻ തുടങ്ങി. ഉടമസ്ഥൻ തലയിൽ കൈവച്ച് പിരാകി.

"ദൈവമേ, പുളിയെല്ലാം വിറ്റ് ഞാൻ അഡ്വാൻസും വാങ്ങിയതാണല്ലോ. പുളി പറിക്കാൻ വരുന്നവനോട് എന്ത് പറയും." പുളിമരച്ചുവട് നിറയെ പച്ചപ്പുളികൾ നിറഞ്ഞു. പകുതി കടിച്ചവയും കടിക്കാത്തവയുമായി ധാരാളം.

ഉടമസ്ഥൻ ശപിച്ചുകൊണ്ട് ഒരു കല്ല്കൂടി വലിച്ചെറിഞ്ഞു. അത് ഇത്തവണ മോഞ്ചിയുടെ വലതുകൈയിൽത്തന്നെ കൊണ്ടു. നായകനും വില്ലനുമായ മോഞ്ചി വാവിട്ടു നിലവിളിച്ചു. പിന്നീട് ഉടമസ്ഥനെ നോക്കി ചീറി. ഉടമസ്ഥൻ ആ ശബ്ദം കേട്ട് വേഗം സ്ഥലം വിട്ടു. കൂടെയുള്ളവരെല്ലാം പുളി പറിക്കൽ നിർത്തി വച്ചു. മോഞ്ചിയുടെ കരച്ചിൽ ശബ്ദമില്ലാതെയായി. റിഞ്ചു മുകളിൽനിന്ന് തൂങ്ങിയിറങ്ങി മോഞ്ചിയുടെ അടുത്തെത്തി. അവൻ ചോദിച്ചു:

"എന്തുപറ്റി മോഞ്ചിമാമാ?"

മോഞ്ചി അവനെ രൂക്ഷമായൊന്ന് നോക്കി. ഏറ്കൊണ്ട കൈ തൂങ്ങികിടക്കുകയാണ്. പുളിമരത്തിലെ ഒരു കവരത്തിലാണി രിക്കുന്നത്. മോഞ്ചി പറഞ്ഞു: "ആ ദുഷ്ടന്റെ ഏറ്കൊണ്ട് എന്റെ കൈ ഒടിഞ്ഞെന്നാണ് തോന്നുന്നത്. വല്ലാത്ത വേദന, നീ പോയികുറച്ച് പച്ചമരുന്ന് പറിച്ചുകൊണ്ടുവാ."

റിഞ്ചു പെട്ടെന്ന് മരങ്ങൾ ചാടി ചാടി അടുത്തുള്ള കുറ്റി ക്കാട്ടിൽ പോയി ഊറാവ് മരത്തിന്റെ തൊലി കുറച്ച് കടിച്ചുപറിച്ച് കൊണ്ടുവന്ന് ഒരു പാറയിൽ വച്ച് ചതച്ചു. അതുമായി മോഞ്ചി യുടെ അടുത്തെത്തി. അവൻ കുഴമ്പ് പരുവത്തിലായ ആ മരത്തൊലി മോഞ്ചിയുടെ ഏറ്കൊണ്ട് തളർന്നുകിടക്കുന്ന കൈയിൽ പൊതിഞ്ഞുവച്ചു.

മോഞ്ചി രഹസ്യമായവനോട് പറഞ്ഞു. "എനിക്ക് ഇവിടുന്ന് ഇറങ്ങാൻ പറ്റില്ല. ഈ കൈ പൊക്കാൻ പറ്റുകയുമില്ല. നമുക്ക് ഇന്ന് ഈ മരത്തിൽത്തന്നെ കഴിയാം."

റിഞ്ചു ഈ വിവരം കൂട്ടുകാർ കേൾക്കെ പറഞ്ഞു. അങ്ങനെ അവർ രാത്രി അവിടെത്തന്നെ കഴിച്ചുകൂട്ടാൻ തീരുമാനിച്ചു.

ഇതിനിടയിൽ അവനും കൂട്ടുകാരുംകൂടി മറ്റുമരങ്ങളിൽ

പോയി മോഞ്ചിക്ക് ഭക്ഷണം ശേഖരിക്കാനും തീരുമാനമായി. പോയവഴി റിഞ്ചുവിനോട് അവന്റെ ചേട്ടന്റെ കൂട്ടുകാരൻ പറഞ്ഞു:

"എടാ ഇതുതന്നെയാണ് മോഞ്ചിയെ തോല്പിക്കാൻ പറ്റിയ സമയം."

റിഞ്ചു എതിർത്തു, 'നമ്മൾ അങ്ങനെ ചെയ്യുന്നത് ശരിയല്ലെയന്നവൻ വാദിച്ചു.'

പക്ഷേ, കൂട്ടുകാരൻ വിടാൻ ഭാവമില്ലായിരുന്നു. "അവന്റെ കൈ ഒടിഞ്ഞതുതന്നെ. നീ മരത്തൊലി വച്ച്കെട്ടിയതുകൊണ്ട് അത് ശരിയാകുകയും ചെയ്യും. പക്ഷേ, എല്ലുകൾ നേരെയാകില്ല. അതുകൊണ്ട് പഴയതുപോലെ അഭ്യാസം പറ്റില്ല." എങ്കിലും റിഞ്ചു മറുപടിയൊന്നും പറഞ്ഞില്ല. അവർ രണ്ട് തേങ്ങയും കരിക്കുമായ് മോഞ്ചിയുടെ അടുത്തെത്തി. കരിക്കിൻ വെള്ളം അവന് കൊടുത്തു. മോഞ്ചിക്ക് ആശ്വാസമായി.

പുളിമരത്തിനടുത്തുള്ള പാളത്തിൽ ഒരു നീണ്ട ചരക്ക്തീവണ്ടി വന്നുനിന്നു. ഉറക്കം പിടിച്ച് തുടങ്ങിയവരെല്ലാം ട്രെയിൻ വന്നതും നിന്നതുമായ ശബ്ദം കേട്ടുണർന്നു. സന്ധ്യ മയങ്ങുന്നതേയുള്ളൂ. പകൽ കൂടുതലായതിനാൽ ഇരുട്ട് നന്നായ് പരന്നിട്ടില്ല.

റിഞ്ചു പറഞ്ഞു: "വണ്ടിയുടെ വാതിൽ തുറന്നുകിടക്കുക യാണ് ഞാനൊന്ന് കയറി നോക്കിയിട്ട് വരാം."

അവൻ പുളിമരത്തിൽനിന്ന് വേഗത്തിൽ ഇറങ്ങിവന്ന് തുറന്നുകിടന്ന വാതിലിൽക്കൂടി അകത്തുകയറി.

"ഹായ്, അരി തിന്നകാലം മറന്നു."

അവൻ കൂട്ടുകാരെ വാതില്ക്കൽ വന്നുനിന്ന് വിളിച്ചു. അവർ ഓരോരുത്തരായി വന്ന് വണ്ടിയിൽ കയറി. മോഞ്ചിക്ക് സങ്കടവും ദേഷ്യവും വന്നു. അവൻ തോല്ക്കാൻ തയ്യാറല്ലായിരുന്നു. അവൻ കൈവേദന സഹിച്ചും അരി തിന്നുന്ന രുചിയുമോർത്ത് പുളി മരത്തിൽനിന്ന് കഷ്ടപ്പെട്ടിറങ്ങി. കൈ നന്നായ് വേദനിച്ചു തുടങ്ങി.

അവൻ ഒടിഞ്ഞ കൈ നിലം തൊടാതെ ചാടിച്ചാടി വണ്ടിക്കടുത്തെത്തി. പക്ഷേ, മുകളിലേക്ക് കയറാനാകുന്നില്ല. എല്ലാവരും അകത്തുകയറി അരിച്ചാക്ക് വലിച്ചുകീറി അരി

തിന്നുന്ന ബഹളത്തിലാണ്. മോഞ്ചിക്ക് കലി വന്നു അവനലറി. അതുകേട്ട റിഞ്ചുവും സംഘവും വാതില്ക്കൽ വന്നെത്തി നോക്കി.

"വയ്യാത്ത കൈയുമായ് എന്തിനാ ഇറങ്ങിയത്." റിഞ്ചു അറിയാതെ ചോദിച്ചുപോയി.

''എല്ലാവരും കൂടി എനിക്കൊരാപത്തുവന്നപ്പോൾ ഒറ്റയ്ക്കിട്ടിട്ട് മൂക്കുമുട്ടെ തിന്നുകയാണ്. എന്നെ പിടിച്ച് കയറ്റെടാ. എത്രകാലമായി അരി തിന്നിട്ട്" - ദേഷ്യം സങ്കടമായി മാറി. റിഞ്ചുവും കൂട്ടുകാരും കൂടി അവൻ പിടിച്ച് വലിച്ച് തീവണ്ടിക്കുള്ളിലാക്കി.

അരിയുടെ മണം കേട്ടതോടെ കൈയുടെ വേദന മറന്നു. പുതിയൊരു ചാക്ക് കടിച്ചുകീറി മോഞ്ചി തീറ്റയാരംഭിച്ചു. മോഞ്ചിയുടെ തീറ്റ കണ്ട കൂട്ടുകാർക്കും ഉത്സാഹമായി. എല്ലാവർക്കും വെള്ളം കുടിക്കണമെന്ന തോന്നലുമുണ്ടായി. അരി കടിച്ചു പൊട്ടിക്കുന്ന ശബ്ദത്തെ തകർത്തുകൊണ്ട് വണ്ടി നീങ്ങാൻ തുടങ്ങിയ ശബ്ദം കേട്ടു. വണ്ടി കുലുങ്ങി. പെട്ടെന്ന് റിഞ്ചു പറഞ്ഞു:

"വണ്ടിവിട്ടു. ചാടിക്കോ..." ഓരോരുത്തരായി വണ്ടിയിൽ നിന്ന് പുറത്തേക്ക് ചാടി.

മോഞ്ചി വാതില്ക്കൽ വന്നുനിന്ന് തന്നെ താഴെയിറക്കാൻ ആവശ്യപ്പെട്ടു. റിഞ്ചു കുറച്ചുദൂരം പിന്നാലെയോടി. മോഞ്ചി ചാടിയെങ്കിലും ഉന്നം പിഴച്ചു. വണ്ടിക്കടിയിലായി, വണ്ടി പോയിക്കഴിഞ്ഞ് കൂട്ടുകാർ ഓടിയടുത്തു. അവർക്കാശ്വാസമായി. റിഞ്ചുവിന് തന്റെ ജ്യേഷ്ഠനെ കൊന്നവനാണെങ്കിലും മോഞ്ചിയുടെ കിടപ്പ്കണ്ട് സങ്കടമായി. തന്റെ കൈകൊണ്ട് ഒടിഞ്ഞ കൈയിൽ പറ്റിച്ചുവച്ച ഊറാവ് മരത്തിന്റെ തൊലി അപ്പോഴും ആ കൈകളെ പൊതിഞ്ഞിരുന്നു. മറ്റുള്ളവർക്കൊപ്പം റിഞ്ചുവും സന്തോഷവാനായി. അവർ അവനെ നേതാവായി തെരഞ്ഞെടുത്തു.

നുണയൻ പന്നി

നുണയൻ പന്നി ആൾ മോശക്കാരനല്ല. കാട്മുഴുവൻ നിയന്ത്രിക്കുന്നത് നുണയന്റെ വാക്ക് കേട്ടാണ്. രാജാവിന് നുണയൻ പന്നിയെ കണ്ടേ തീരൂ. അവന്റെ നുണ കേട്ടില്ലെങ്കിൽ മൃഗരാജന് ഉറക്കം വരില്ല. രാജാവിന് സുഖമായി ഉറങ്ങാൻ നുണയന്റെ രണ്ട്നുണയെങ്കിലും കേട്ടിരിക്കണമെന്നാണ് മൃഗസംസാരം.

മന്ത്രി പറയാറുണ്ട്: "രാജാവിന്റെ ഉറക്ക ഗുളികയുമായി കള്ളപ്പന്നി വരുന്നെ"ന്ന്. നുണയനാണെങ്കിലും പന്നിയെ കാണാൻ നല്ല അഴകാണ്. കാട്ടുപന്നികൾ പൊതുവെ കറുത്തിട്ടാണെങ്കിലും നമ്മുടെ നുണയനു ഇരുനിറമാണ്. നല്ല കൊഴുത്ത ശരീരം. മൃഗരാജൻ അധികം വന്ന ഭക്ഷണമെല്ലാം ഇവനാണ് കൊടുക്കുന്നത്.

അവന്റെ വരവ് തന്നെ നല്ല ചന്തമാണ്. കുണുങ്ങി കുണുങ്ങി കൊട്ടാരപരിധിക്കുള്ളിലെല്ലാം കറങ്ങി നടക്കും. എന്നാൽ മന്ത്രിക്കിവനെ കണ്ട്കൂടാ! ഇവന് മന്ത്രിയേയും കണ്ട് കൂടാ! ഇടയ്ക്ക് മന്ത്രിയെപ്പറ്റിയും രാജാവിനോട് ഇല്ലാക്കഥകൾ പറയാറുണ്ട്. രാജാവ് അത് കാര്യമാക്കാറില്ലെങ്കിലും രാജാവിന്റെ പരിചാരകവൃന്ദം മന്ത്രിയുടെ പരിചാരകവൃന്ദത്തോടു പറയാറുണ്ട്. അവർ വഴി മന്ത്രിയും അറിയാറുണ്ട്.

ആദ്യമായി രാജാവിനെ കാണുവാൻ നുണയൻ പന്നി എത്തിയത് മന്ത്രി ഓർത്തു. രാജാവിനെ കാണണമെന്ന് പറഞ്ഞ് തന്റെ മുന്നിൽ ഇവൻ കുഞ്ഞുവാൽ ചുഴറ്റി നിന്നത് മറക്കാൻ പറ്റില്ല. കാട്ടിലെ മൃഗങ്ങളെ തമ്മിൽ അടിപ്പിക്കുന്നതിൽ ഇവനുള്ള പ്രത്യേക സാമർത്ഥ്യം മുൻപേ താൻ കേട്ടിരുന്നതാണ്. പലരും ഇവനെപ്പറ്റി പരാതിയും ബോധിപ്പിച്ചിട്ടുണ്ട്. മന്ത്രി ഒന്ന്തലയുയർത്തി നോക്കിയതും നുണയൻ ഒന്ന്വിറച്ചു. അവന്റെ വാലാട്ടം നിന്നു. തിരിഞ്ഞ് ഒരു ഓട്ടമായിരുന്നു പിന്നെ.

നുണയൻ പന്നിയുടെ കൊഴുത്ത ശരീരം കണ്ടപ്പോഴേ മന്ത്രിക്ക് കൊതിയായതാണ്. രണ്ടുദിവസം സുഖമായി തിന്നാൻ ഉണ്ടായിരുന്നു. അവനെ കിട്ടിയില്ലെങ്കിലും മൃഗരാജനുമായി നായാട്ടിന് ഇറങ്ങിയപ്പോൾ അവന്റെ ബന്ധുവിനെ കൊന്ന് തിന്നിട്ടാണ് മന്ത്രി കൊതി അടക്കിയത്. തന്റെ ആർത്തി കണ്ട് മൃഗരാജൻ ചോദിച്ചു. “പതിവില്ലാത്തതാണല്ലോ, ഇന്ന് എന്താ ഇത്ര ധൃതി.”

മന്ത്രി നാവുകൊണ്ട് ചുണ്ട് തുടച്ചശേഷം പറഞ്ഞു: “ഇവന്റെ ഒരു ബന്ധു അങ്ങയെ കാണാൻ വന്നു. ആ കള്ളപ്പന്നി. ആ ശരീരം കണ്ടപ്പോൾ തോന്നിയ കൊതിയാ. പക്ഷേ, എന്റെ നോട്ടം കണ്ടപ്പോൾത്തന്നെ അവൻ ഓടിക്കളഞ്ഞു. കൊട്ടാരത്തിൽ ഇട്ട് ഓടിക്കുന്നത് മോശമായതുകൊണ്ടാണ് ഞാൻ അവന്റെ ബന്ധുവിനെത്തന്നെ തട്ടിയത്.”

മൃഗരാജന് ചിരി വന്നു. അദ്ദേഹം പറഞ്ഞു. “നാളെത്തന്നെ ആ നുണയനോട് എന്നെ വന്ന് കാണാൻ പറയൂ. ഇവറ്റയുടെ വർഗ്ഗത്തെ ഞങ്ങളുടെ കുടുംബക്കാർ പണ്ടേ തിന്നാറില്ല. അവൻ എന്തിനാ വന്നതെന്ന് അറിയണമല്ലോ.”

മന്ത്രി ശരിവെച്ചു, “നാളെത്തന്നെ അവനെ അങ്ങയുടെ മുന്നിൽ എത്തിച്ചേക്കാം. അവന് അയൽരാജ്യവുമായി ബന്ധമുണ്ട്. എന്നോട് പലരും പലതവണ പറഞ്ഞിട്ടുണ്ട്. എങ്കിലും അങ്ങ് സൂക്ഷിക്കണം. അവന്റെ വാക്കുകൾ ശ്രദ്ധിച്ചേ പരിഗണിക്കാവൂ.”

ഇതുകേട്ട് മൃഗരാജൻ പറഞ്ഞു. “ഇന്നുവരെ മന്ത്രിയോട് ആലോചിക്കാതെ ഞാൻ എന്തെങ്കിലും ചെയ്തിട്ടുണ്ടോ?

ഒന്നുമില്ലെങ്കിലും നമ്മൾ കളിക്കൂട്ടുകാരല്ലേ!"

മന്ത്രിക്ക് സന്തോഷമായി. രാജാവ് ഒരു ഇളമാൻ കുഞ്ഞിനെ വേട്ടയാടി പിടിച്ചു. വേട്ടമൃഗങ്ങളെ രണ്ടുപേരും കൊട്ടാരത്തിലെ ചുമട്ടുകാരായ കഴുതകളുടെ പുറത്ത്വെച്ചു കൊടുത്തു. നായാട്ട് കഴിഞ്ഞ് മൃഗരാജനും സംഘവും കൊട്ടാരത്തിലേക്ക് യാത്ര തിരിച്ചു. രാജാവിന്റെ വരവറിയിച്ച് വേട്ടപ്പട്ടികൾ ഉച്ചത്തിൽ കുരച്ച്മുന്നേറി.

പിറ്റേന്ന് രാവിലെ തന്നെ മന്ത്രിയുടെ കിങ്കരന്മാരായ ചുണ്ടെലികൾ നുണയൻ പന്നിയുടെ മടയിൽ ചെന്ന് രാജവിളംബരം അറിയിച്ചു. കിങ്കരന്മാർ ചെല്ലുമ്പോൾ കെട്ടിയോളും എട്ട് പിള്ളേരുമായി സുഖമായി ഉറങ്ങുകയായിരുന്നു. രാജവിളംബരം കേട്ട് നുണയൻ ഞെട്ടിവിറച്ചു. അവന്റെ വാലാട്ടം നിലച്ചു. നുണയന്റെ കെട്ടിയോൾ എലികളോട് കാര്യം അന്വേഷിച്ചു. എലികൾ പറഞ്ഞു: "ഇവൻ ഇന്നലെ രാജാവിനെ കാണാൻ വന്നിട്ട് കാര്യം പറയാതെ തിരിച്ചോടി. രാജാവ് ആകെ കോപിച്ചിരിക്കുകയാണ്." നുണയൻ എലികളുടെ വാൽ തൊട്ട് അപേക്ഷിച്ചു: "സഹായിക്കണം." അവന്റെ കെട്ടിയോളും പറഞ്ഞു: "സഹായിക്കണം."

നുണയൻ വീണ്ടും പറഞ്ഞു: "ഞാൻ നിങ്ങൾക്ക് തിന്നാൻ നല്ല മരച്ചീനിക്കിഴങ്ങ് കരുതിയിട്ടുണ്ട്. പിള്ളേരെ, ആ മരച്ചീനിക്കിഴങ്ങുകൾ ഈ ഏമാന്മാർക്ക് കൊടുത്തേരെ."

ചുണ്ടെലികൾ മുഖത്തോടുമുഖം നോക്കി. പുന്നെല്ല്കണ്ട മാതിരി പുഞ്ചിരിച്ചു.

കിങ്കരന്മാരിൽ ഒരുവൻ പറഞ്ഞു: "ഇത് കൊണ്ട് ഒന്നും ആയില്ല. എങ്കിലും നീ ആദ്യമായിട്ട് ഒരു കാര്യം ആവശ്യപ്പെട്ടതല്ലേ. ഞങ്ങൾ മൃഗരാജനെ കാര്യങ്ങൾ പറഞ്ഞ് ബോദ്ധ്യപ്പെടുത്താം. നീ ഞങ്ങൾക്ക് പിന്നാലെ അവിടെ എത്തികൊള്ളണെ." അവർ സമ്മതിച്ചു. കിഴങ്ങ്കടിച്ച് വലിച്ചുകൊണ്ട് എലികൾ സ്ഥലം വിട്ടു. കിഴങ്ങ് നഷ്ടമായതിൽ പന്നിക്കുഞ്ഞുങ്ങൾക്ക് സങ്കടം വന്നു. ഒരുവൻ മുറുമുറുത്തു. അത് കേട്ട് നുണയൻ വാൽ ചുഴറ്റി ഒന്ന്വട്ടം കറങ്ങി. പിള്ളേർ പലവഴി പാഞ്ഞു.

നുണയൻ മന്ത്രിയെ കാണാതെ നേരെ മൃഗരാജന്റെ മുന്നിലേക്കാണ് പോയത്. കവാടത്തിൽ വേട്ടപ്പട്ടികളിലൊരുവൻ കുരച്ചു. കുര കേട്ട മൃഗരാജൻ അമറി. വേട്ടപ്പട്ടി അകത്ത് ചെന്ന് വിവരമറിയിച്ചു വന്നു.

വലിയ ഗുഹാകവാടത്തിൽ നേരിയ ഇരുൾ അപ്പോഴുമുണ്ട്. വീണ്ടുമൊരമറൽ. നുണയൻ വാലാട്ടം നിർത്തി നിന്നനില്പി ലൊരു കറക്കം. തിരിഞ്ഞോടുമെന്ന് കരുതി വേട്ടപ്പട്ടികൾ അവനെ തടഞ്ഞു.

"കയറിച്ചെന്ന് മുഖം കാണിക്കാൻ പറഞ്ഞു." കിടുങ്ങി വിറച്ച്നിന്ന നുണയൻ തന്റെ അന്ത്യമടുത്തുവെന്നോർത്തു. തന്റെ പിള്ളേരെയോർത്തു. രാവിലെ എലികൾക്ക് കൊടുത്ത കിഴങ്ങിനെയോർത്തു.

അവൻ മെല്ലെ രാജാവിന് മുന്നിലെത്തി. രാജാവ് അവന്റെ കറ പിടിച്ച തേറ്റയിലേക്ക് നോക്കി. മന്ത്രി പറഞ്ഞത് ശരി തന്നെ. ഇവന്റെ ശരീരം കണ്ടാൽ ആർക്കും കൊതി തോന്നും. മൃഗരാജൻ മനസ്സിൽ ചിരിച്ചു.

നുണയന്റെ കിടുങ്ങൽ കണ്ട് മൃഗരാജൻ ചോദിച്ചു: "നിനക്ക് പനിക്കുന്നുണ്ടോ?"

നുണയന് വിക്കുണ്ടായി. വാക്കുകൾ തൊണ്ടയിൽ തടഞ്ഞു. എങ്കിലും അവൻ പറഞ്ഞൊപ്പിച്ചു: "ഇല്ലേ, അങ്ങയെ കണ്ട് ഒരു സങ്കടമുണർത്തിക്കാൻ വന്നതാണേ ഇന്നലെ. പക്ഷേ, മന്ത്രി എന്നെ നോക്കി വിരട്ടിയോടിച്ചു കളഞ്ഞു." മൃഗരാജൻ വായൊന്നു തുറന്നടച്ചു. അതിന്റെ ഉള്ളറകൾ കണ്ട് നുണയൻ വീണ്ടും ഭയന്നുവിറച്ചു. എങ്കിലും തന്റെ വർഗ്ഗക്കാരെ മൃഗരാജന്റെ കുടുംബക്കാർ തിന്നില്ലെന്ന വിശ്വാസത്താൽ അവൻ തിരിഞ്ഞോടാതെ നിന്നു.

"നീ പറയാൻ വന്നതെന്താണ്?" – മൃഗരാജന്റെ ശബ്ദം ആ ഗുഹയെ തകർക്കുമെന്നവന് തോന്നി. അവൻ വിറച്ചുകൊണ്ട് പറഞ്ഞു:

"നാട്ടിൽ നടക്കുന്ന സംഭവങ്ങളെല്ലാം ഞാൻ അങ്ങയുടെ മുമ്പാകെ എത്തിച്ചുതരാം. ഞാൻ തീറ്റ തേടാൻ പോകുംവഴി പലതും കാണാറുണ്ട്."

"ശരി നീ ഇതുവരെ കണ്ട കാര്യങ്ങൾ പറയൂ."

മൃഗരാജന്റെ വാക്ക് കേട്ടതോടെ അവന് സമാധാനമായി. അവൻ പലതും പറഞ്ഞു. മന്ത്രിയെപ്പറ്റിയും പറഞ്ഞു.

കഥകൾ കേട്ടപ്പോൾ ചിലതിൽ സത്യമുണ്ടെങ്കിലും പകുതിയും നുണയാണെന്ന് മനസ്സിലായി. എങ്കിലും മൃഗരാജൻ അവനെ അവിടെ നിയമിച്ചു. സന്ദേശവാഹകൻ എന്നപേരിൽ. മനസ്സിൽ 'നുണയൻ' എന്ന് മൃഗരാജൻ പറഞ്ഞുചിരിക്കുകയും ചെയ്തു.

വേട്ടപ്പട്ടികളിലൊന്നിനെ വിളിച്ച് പുതിയ നിയമനമറിയിച്ചു.

മാസങ്ങൾ കഴിഞ്ഞു. പല നുണകളും തട്ടി മറിച്ച് രാജാവിന്റെ ഉച്ചിഷ്ടം കഴിച്ച് നുണയൻ പന്നി തടിച്ച്കൊഴുത്തു. മന്ത്രിയെ കാണുമ്പോൾ ചില ഗോഷ്ടികൾ കാണിക്കാറുണ്ടെങ്കിലും മുഖത്ത് ഭാവം വരാത്തതിനാൽ മന്ത്രിക്കത് മനസ്സിലായില്ല.

ഒരിക്കൽ മന്ത്രിയും രാജാവും കൂടി വേട്ടയ്ക്ക്പോയി. കാട്ടിൽ വച്ച് അടുത്ത രാജ്യത്തെ മൃഗരാജനെ കണ്ടുമുട്ടി. കണ്ടയുടൻ നുണയൻ പന്നി വന്ന്പറഞ്ഞ ചില സംഭവങ്ങൾ അറിയിച്ചു. മൃഗരാജനും മന്ത്രിയും പരസ്പരം നോക്കി. മൃഗരാജൻ പറഞ്ഞു. "അങ്ങേക്കറിയാമല്ലോ, എന്നെ. അങ്ങക്കെതിരെ ഞാൻ യുദ്ധം ചെയ്യാൻ ഒരിക്കലും തയ്യാറാകില്ലെന്ന്. അത്രയ്ക്ക് സ്നേഹത്തിലല്ലേ നമ്മൾ കഴിയുന്നത്. അതിർത്തികൾ ലംഘിച്ച് നമ്മൾ രണ്ട്കൂട്ടരും കടന്നു കയറുന്നതും അതുകൊണ്ടാണല്ലോ."

"ഏതായാലും അവനെ കൂടുതലടുപ്പിക്കണ്ട" മൃഗരാജൻ അയൽരാജാവിനോട് പറഞ്ഞു.

ഇതുകേട്ട് മന്ത്രി പറഞ്ഞു: "ഞാൻ അങ്ങയോട് അവന്റെ നുണയെപ്പറ്റി പറഞ്ഞതല്ലേ. ഇവിടെവന്ന് അവിടത്തെ കുറ്റം മുഴുവൻ പറയും. ഒടുവിൽ അവിടുന്നു കിട്ടിയതും ഇവിടന്നു കിട്ടിയതും ചേർത്ത് പലയിടത്ത്പറയും. യുദ്ധവാർത്ത എന്റെ കാതിലുമെത്തിയതാണ്. പക്ഷേ, ഇവനാണതിന്റെ പിന്നിലെന്ന് ഞാൻ പ്രതീക്ഷിച്ചില്ല."

മൃഗരാജൻ പറഞ്ഞു: "നമുക്ക് പരിഹാരമുടനുണ്ടാക്കാം.."

പിറ്റേന്ന് രാജവിളംബരമുണ്ടായി. പ്രജകളെല്ലാം ഗുഹാമുറ്റത്ത് ഹാജരായി.

നുണയൻ മൃഗക്കൂട്ടത്തെ മാറ്റി രാജാവിനടുത്ത് വലിയ ഗമയിൽ ചെന്നു.

"മൃഗരാജൻ, എന്താണ് വിശേഷം?" - നുണയൻ പന്നി ചോദിച്ചു.

മൃഗരാജൻ പറഞ്ഞു: "അയൽ രാജാവുമായി യുദ്ധത്തിന് പുറപ്പെടുകയാണ്. നീ വരുന്നോ?"

മന്ത്രി ചിരിച്ചു. നുണയൻ മൂക്ക് വിടർത്തി, മന്ത്രിയെ നോക്കി. മൃഗരാജൻ മന്ത്രിയെ നോക്കി.

മന്ത്രി ചിരിച്ചു. തന്റെ കൈനഖങ്ങൾ വിടർത്തി നുണയൻ പന്നിയുടെ ശിരസ്സിൽ ഒറ്റയടി.

തലയിൽനിന്ന് ചോരച്ചാലുകൾ ഒഴുകി, രണ്ട്തവണ വട്ടം കറങ്ങി നുണയൻ പന്നി നിശ്ചലനായി. മൃഗരാജൻ പറഞ്ഞു:

"നുണ പറയുന്നവന് രാജ്യത്ത് ഇത് മാത്രമാണ് ശിക്ഷ. നുണ ചികിത്സയില്ലാത്ത ഒരു രോഗമാണ്. പരിഹാരം ഇതുമാത്രം."

മറ്റ് മൃഗങ്ങൾ പിരിഞ്ഞുപോയി. മൃഗരാജൻ മന്ത്രിയോട് ചോദിച്ചു.

"കളിക്കൂട്ടുകാരാ ഇന്നത്തേക്ക് കുശാലായില്ലേ!"

കുട്ടിക്കൊമ്പൻ

കാടിന്റെ ഭംഗിയാസ്വദിച്ചു വന്ന കാട്ടാനക്കൂട്ടം കുന്നിറങ്ങുകയാണ്. മുമ്പിൽ നടക്കുന്നത് നേതാവായ കുങ്കനാണ്. ഒറ്റക്കൊമ്പേയുള്ളൂവെങ്കിലും പന്ത്രണ്ട് പേരടങ്ങുന്ന ആ സംഘത്തെ നയിക്കുന്നത് അവനാണ്. പുല്ലുകൾ ഉണങ്ങിത്തുടങ്ങിയ മൊട്ടക്കുന്നിറങ്ങി അവർ അരുവിയിൽ വെള്ളംകുടിക്കാൻ വരികയാണ്.

കൂട്ടത്തിലെ കുട്ടിക്കൊമ്പൻ കൂട്ടത്തിൽനിന്ന് മുന്നോട്ടോടിയപ്പോൾ കുങ്കൻ കാടിളക്കുമാറ് ചിന്നംവിളിച്ചു. കുട്ടിക്കൊമ്പനുള്ള മുന്നറിയിപ്പാണിത്. അവനെ രക്ഷിക്കാനായി കാട്ടുപോത്തുകളുമായി ഏറ്റുമുട്ടിയപ്പോൾ കുങ്കന്റെ ഒരുകൊമ്പ് തെറിച്ചതാണ്. കണ്ടാൽ കുങ്കനെപ്പോലെ വലിപ്പമുള്ള കാട്ടുപോത്ത് ഒറ്റയിടിക്ക് കൊമ്പ്തെറിപ്പിച്ചതാണ്. വളഞ്ഞു കൂർത്ത കൂറ്റൻകൊമ്പിൽ നിന്നൊരെണ്ണം ഒടിഞ്ഞുതെറിച്ചു. അതിന്റെ വേദനമൂലം കുങ്കന് ഒരാഴ്ച ഭക്ഷണം കഴിക്കാനായില്ല.

കുട്ടിക്കൊമ്പൻ കുറുമ്പുകാട്ടി കൂട്ടത്തിൽനിന്ന് കുതറിയോടി ചെന്നുകയറിയത് കാട്ടുപോത്തിൻ കൂട്ടത്തിനിടയിലാണ്. കുട്ടിക്കൊമ്പൻ കാട്ടുപോത്തുകളോട് പറഞ്ഞു:

"ഇവിടമെല്ലാം ഞങ്ങളുടേതാണ്. നിങ്ങൾക്കിവിടെ എന്ത് കാര്യം?"

ഇതുകേട്ട് പുല്ലുമേഞ്ഞുകൊണ്ടുനിന്ന കാട്ടുപോത്തുകൾ ശക്തമായി ചീറ്റി. പുല്ലിൻചുവട്ടിലെ മണ്ണുംപൊടിയും ഉയർന്നുപൊങ്ങി. അതുകണ്ട കുട്ടിക്കൊമ്പൻ പറഞ്ഞു:

"നിങ്ങൾ ചീറ്റുന്നതെന്തിന്? എന്റെ മുത്തശ്ശി പറഞ്ഞിട്ടുണ്ട് കരയിലെ ഏറ്റവും വലിയ ജീവി ഞങ്ങളാണെന്ന്. എല്ലാം ഞങ്ങൾക്കു വേണ്ടിയുള്ളതാണെന്ന്. എല്ലാം ഞങ്ങൾ തള്ളിമറിക്കുമെന്ന്."

ഇതുകേട്ട് കാട്ടുപോത്തിൻ കൂട്ടം ഒന്നിളകി. അവർ കാലുകൊണ്ട് നൃത്തംചെയ്യുംപോലെ തറയിൽനിന്ന് ഉയർന്നു ചാടി. കൂട്ടത്തിൽ ഏറ്റവും വലിപ്പംകൂടിയവൻ കുട്ടിക്കൊമ്പനെ ഇടിച്ചുതെറിപ്പിക്കാനായി പാഞ്ഞുവന്നു. ഇതിനിടയിലേക്ക് ഓടിവന്ന് കയറുകയായിരുന്നു കുങ്കൻ. ആ ഇടിയാണ് കുങ്കനെ ഒറ്റക്കൊമ്പനാക്കിയത്. പിന്നാലെയെത്തിയ ആനക്കൂട്ടത്തെ കണ്ട് കാട്ടുപോത്തുകൾ ഓടിപ്പോവുകയും ചെയ്തു.

കുങ്കൻ കൊച്ചുമകനായ കുട്ടിക്കൊമ്പനോട് പറഞ്ഞു:

"നിന്നെ അവർ ഇപ്പോൾ ഇല്ലാതാക്കുമായിരുന്നു. നീ ചെറുതല്ലേ." ഇതുകേട്ട് കുട്ടിക്കൊമ്പൻ പറഞ്ഞു:

"മുത്തശ്ശി പറഞ്ഞിട്ടുണ്ടല്ലോ. എല്ലാം നമുക്കു വേണ്ടിയാണെന്ന്. നമ്മൾ ഈ കാടിളക്കിയല്ലെ നടക്കുന്നത്."

കുങ്കൻ പറഞ്ഞു: "വഴിയിൽ ചതിക്കുഴികളുണ്ട്. മനുഷ്യർ നമ്മെ കുഴിയിൽ വീഴ്ത്തി ശിക്ഷിച്ച് അവന്റെ വഴിക്ക് നടത്തും. അവർക്ക് നമ്മുടെ വലിപ്പമൊന്നും പ്രശ്നമല്ല. നീ കുഞ്ഞാണ് വളരെ ശ്രദ്ധിക്കണം."

കുട്ടിക്കൊമ്പന് അതൊന്നും അത്ര ഇഷ്ടമായില്ല. അവൻ മുത്തശ്ശിയുടെ അടുത്തുചെന്ന് അടുത്ത കഥ പറയാൻ ആവശ്യപ്പെട്ടു.

അരുവിക്ക് സമീപമുള്ള മുളങ്കൂട്ടത്തിൽ അവർ കയറി. മുളങ്കൂമ്പുകൾ പറിച്ചുകഴിച്ചു. മുത്തശ്ശി നല്ലൊരു മുളങ്കൂമ്പ് കുട്ടിക്കൊമ്പന് കൊടുത്തു. അവൻ തന്റെ വളർന്നുവരുന്ന പല്ലുകൾക്കിടയിലിട്ട് രുചിയോടെ ചവച്ചുതിന്നു. മുളങ്കാട്ടിൽ നിന്നിറങ്ങി അവർ അരുവിയുടെ തീരത്തെത്തി. അച്ചടക്കത്തോടെ എല്ലാവരും വെള്ളം കുടിച്ചു. അവിടെയും

കുട്ടിക്കൊമ്പൻ കുറുമ്പ് കാട്ടാൻ തുടങ്ങി. അവൻ വെള്ളത്തിലേക്ക് ഇറങ്ങാൻ തുടങ്ങി. അപ്പോഴേക്കും കുങ്കൻ അവനെ സ്നേഹത്തോടെ കരയിൽ കയറ്റി. ചെളിയിൽ പുതഞ്ഞാൽ രക്ഷയില്ലെന്ന് അവനെ പറഞ്ഞുബോദ്ധ്യപ്പെടുത്തി.

അരുവിയുടെ സാമീപ്യമുള്ളതിനാൽ കരയിൽ ധാരാളം പുല്ലുണ്ടായിരുന്നു. വെള്ളം കുടിച്ചുകഴിഞ്ഞതോടെ ചിലർ വിശ്രമിക്കാനും ചിലർ പുല്ലുതിന്നാനും പോയി. കുട്ടിക്കൊമ്പൻ അങ്ങുമിങ്ങും പരതിനടന്നു. ഇടയ്ക്ക് നിലത്ത് കിടന്നുരുണ്ടു. ആനക്കൊതുക് എന്നറിയപ്പെടുന്ന ഒരു വലിയ ഈച്ച അവന്റെ ചെവിയിൽ വന്നിരുന്ന് കുത്താൻ ഒരു ശ്രമം നടത്തി. അവൻ തുമ്പിക്കൈ ഉയർത്തി അതിനെ ഓടിച്ചു. പലതവണയായപ്പോൾ അവന് രസംപിടിച്ചു. ഒരു കളിക്കൂട്ടുകാരനെ കിട്ടിയപോലെയായി. കുങ്കൻ ഇതെല്ലാംനോക്കി തന്റെ ഒറ്റക്കൊമ്പുമുയർത്തി നില്പാണ്.

അരുവിയുടെ സമീപത്ത് അല്പം ഉയർന്ന സ്ഥലത്ത് ഒരു കാട്ടുവാഴ കുലച്ചു നില്ക്കുന്നത് അവന്റെ ശ്രദ്ധയിൽപ്പെട്ടു. വാഴക്കുല അവനെ അത്ഭുതപ്പെടുത്തി. ആദ്യമായാണ് അവൻ വാഴക്കുല കാണുന്നത്. അവൻ അതിനടുത്തെത്തി അല്പനേരം അതിനെ നോക്കിനിന്നു.

അവന്റെ നീക്കങ്ങൾ കുങ്കൻ ശ്രദ്ധിക്കുന്നുണ്ടായിരുന്നു. ആ വാഴക്കൂട്ടം മുൻപും അവിടെ ഉണ്ടായിരുന്നതാണ്. കുങ്കൻ പലതവണ അത് ശ്രദ്ധിച്ചതുമാണ്. സാധാരണ വാഴകൾക്ക് കാട്ടിൽ ആയുസ്സുണ്ടാകാറില്ല. വളർന്നുവലുതാകും മുൻപേ മാനോ, കാട്ടുപോത്തോ, ആനകളോ ഇല്ലാതാക്കും.

കുട്ടിക്കൊമ്പൻ വാഴയെ ചുറ്റിപ്പിടിച്ച് മറിക്കാൻ ഒരു ശ്രമംനടത്തി. വാഴക്കൈയിലിരുന്ന പൈങ്കിളിപ്പെണ്ണ് അവനെ വഴക്കുപറഞ്ഞുകൊണ്ട് പറന്നുപോയി. പെട്ടെന്നാണവൻ അലറിവിളിച്ച് ആനക്കൂട്ടത്തിനടുത്തേക്ക് ഓടിയെത്തിയത്. അവർക്കിടയിൽ കിടന്നവൻ ഉരുണ്ടു. കുഞ്ഞുതുമ്പിക്കൈ ഉയർത്തി ചിന്നംവിളിക്കാൻ ശ്രമിച്ചു.

കുങ്കൻ നേരെ വാഴച്ചുവട്ടിലേക്ക്ചെന്നു. കട്ടുറുമ്പുകൾ വാഴച്ചുവട് മുഴുവൻ മണ്ണുകൂട്ടി വെച്ചിരിക്കുന്നത് കണ്ടതോടെ കാര്യം മനസ്സിലായി. സൈന്യം ജാഗ്രതപാലിക്കുന്നതുപോലെ

ഉറുമ്പുകളെല്ലാം കൂടിന് പുറത്തിറങ്ങി ചുറ്റും ശ്രദ്ധിച്ചു നില്ക്കുകയാണ്. കുങ്കൻ കുട്ടിക്കൊമ്പന്റെ അടുത്തെത്തി. അവൻ വേഗം കുട്ടിക്കൊമ്പനെ പുഴയിലിറക്കി തുമ്പിക്കൈയിൽ വെള്ളം നിറയ്ക്കാൻ പറഞ്ഞു. കുട്ടിക്കൊമ്പൻ അസ്വസ്ഥതയോടെ വെള്ളംനിറച്ചു. ശക്തിയായി ചീറ്റാൻ കുങ്കൻ പറഞ്ഞു. അവൻ ശക്തിയായി ചീറ്റി. അന്തരീക്ഷത്തിൽ മഴവില്ല്! തെളിഞ്ഞു. അവൻ പലയാവർത്തി വെള്ളം ശേഖരിച്ച് ചീറ്റി.

കുങ്കൻ പറഞ്ഞു: "മോന് കാര്യം മനസ്സിലായോ?

അവൻ പറഞ്ഞു: "ഇല്ല"

കുങ്കൻ സമാധാനമായി അവന് കാര്യം പറഞ്ഞ് മനസ്സിലാക്കിക്കൊടുത്തു.

കാട്ടിൽ വാഴനില്ക്കുന്നത് കണ്ടാൽ ആരും അതിനടുത്തേക്ക് പോകാറില്ല. ആ വാഴ ഇത്രയും വലുതാകണമെങ്കിൽ ആർക്കും അതിനടുത്തേക്ക് ചെല്ലാൻ പറ്റില്ല. അത് കാട്ടിലെ രാജാവായതുകൊണ്ടോ അതിനെ മറ്റുള്ളവർ പേടിച്ചിട്ടോ അല്ല, അതിന്റെ ചുവടുമുഴുവൻ കട്ടുറുമ്പുകൾ താവളമാക്കിയതുകൊണ്ടാണ്. നിന്റെ തുമ്പിക്കൈക്കുള്ളിൽ ഉറുമ്പ് കയറിയെന്ന് മനസ്സിലായതുകൊണ്ടാണ് വെള്ളമെടുത്ത് ചീറ്റാൻ പറഞ്ഞത്.

ഇതുകേട്ട് ആന മുത്തശ്ശി ആദ്യം ചിരിച്ചു. പിന്നാലെ മറ്റുള്ളവരും. വേദന സഹിച്ച് വെള്ളത്തിൽനിന്ന് കയറിയ കുട്ടിക്കൊമ്പൻ താവളമെത്തുംവരെ അനുസരണയുള്ള കുട്ടിയായി നടന്നു.

എടുത്തു ചാട്ടം...

ദൂരെ ദൂരെയൊരു ദേശത്ത് പുൽമേടുകൾ നിറഞ്ഞൊരു കാട്ടിൽ ഒരു സഞ്ചിമൃഗമുണ്ടായിരുന്നു. സഞ്ചിമൃഗം എവിടെ പ്പോയാലും തന്റെ സഞ്ചിയിൽ കുഞ്ഞിനേയും കൂടെ കൊണ്ടു പോകും. കുഞ്ഞ് ഇടയ്ക്കിടെ സഞ്ചിയിൽനിന്ന് പുറത്തുചാടി തുള്ളിക്കളിച്ച് രസിച്ചിരുന്നു.

സഞ്ചിമൃഗം കഴിഞ്ഞിരുന്ന പുൽമേട്ടിൽനിന്ന് വളരെ ദൂരെ വലിയൊരു കുന്നിനുമപ്പുറത്ത് അത്തിമരങ്ങൾ മാത്രമുള്ളൊരു കാടുണ്ടായിരുന്നു. ഒരുദിവസം അവിടെ പോകുവാൻ സഞ്ചിമൃഗം തീരുമാനിച്ചു. അത്തിപ്പഴങ്ങൾ ചുവന്നു തുടുത്ത് നില്ക്കുന്നതിനെപ്പറ്റി പൂവാലനണ്ണാറക്കണ്ണൻ പറയുന്നത് കേട്ടപ്പോഴേ സഞ്ചിമൃഗത്തിന്റെ വായിൽ വെള്ളമൂറി!

താൻ കുഞ്ഞായിരുന്നപ്പോൾ അച്ഛന്റെ സഞ്ചിയിലേറി ഈ അത്തിപ്പഴക്കാട്ടിൽ പോയതാണ്. പക്ഷേ, അന്ന് പഴങ്ങൾ വളരെ കുറവായിരുന്നു. പഴങ്ങൾ ധാരാളമുണ്ടാകുമ്പോൾ കരിമ്പുലി കൾ അത്തിമരത്തിന്റെ മുകളിൽ കയറി ഇലകൾക്കിടയിൽ മറഞ്ഞിരിക്കാറുണ്ടെന്ന് അച്ഛൻ പറഞ്ഞിട്ടുള്ളത് അവളോർത്തു.

പക്ഷേ, അപകടമൊന്നുമുണ്ടായില്ല. മാത്രമല്ല, തങ്ങളെ ഓട്ടത്തിൽ തോല്പിക്കാൻ അത്ര പെട്ടെന്നൊന്നും കഴിയില്ലല്ലോ. ഒറ്റയ്ക്ക് പോകുന്നതിനെക്കുറിച്ചോർത്തപ്പോൾ സഞ്ചി

മൃഗത്തിന് ഒരു ചെറിയ പേടി. ഇത്തവണ കൂട്ടിനാരുമില്ല. പൂവാലനണ്ണാറക്കണ്ണനെ വിളിച്ചപ്പോൾ അവൻ മാമ്പഴം പറിക്കുവാൻ പോവുകയാണെന്ന് പറഞ്ഞു. തന്റെ കൂട്ടുകാരെല്ലാം ഓരോ ഒഴിവുകിഴിവുകൾ പറഞ്ഞൊഴിഞ്ഞു. ആർക്കും അത്രദൂരം നടക്കാൻ വയ്യത്രെ.

അമ്മയുടെ ദുഃഖം കണ്ട് സഞ്ചിയിൽ കിടന്ന മകൻ പറഞ്ഞു:

"അമ്മ പേടിക്കേണ്ട, ഞാനില്ലേ കൂടെ! നമുക്കൊരുമിച്ചു പോകാം."

കുഞ്ഞ്‌വായിലെ വല്യവർത്തമാനം കേട്ടപ്പോൾ അമ്മയ്ക്ക് ചിരിവന്നു. എങ്കിലും മകനെ പിണക്കേണ്ടെന്ന് കരുതി അമ്മ പറഞ്ഞു:

"നീ കരുതുമ്പോലെയല്ല മോനെ, ദൂരമേറെയുണ്ട്. വഴിയിലൊക്കെ കടുവയും പുലികളുമുണ്ട്. അവയുടെ മുന്നിലെങ്ങാനും ചെന്നുപെട്ടാൽ കഥ കഴിഞ്ഞതുതന്നെ."

അതു കേട്ടപ്പോൾ മകന് ദേഷ്യം വന്നു. അവന് സഹിക്കാനായില്ല.

"അമ്മയെപ്പോഴും പറയാറുണ്ടല്ലോ നമ്മൾ വലിയ ഓട്ടക്കാരാണെന്ന്. നമുക്ക് ഓടി രക്ഷപ്പെട്ടുകൂടെ?"

മകന്റെ വാക്ക് കേട്ടപ്പോൾ തനിക്കതിന് കഴിയുമെന്ന് സഞ്ചിമൃഗത്തിന് തോന്നി.

അവൾ പറഞ്ഞു:

"ഓടാനൊക്കെപ്പറ്റും. പക്ഷേ, സഞ്ചിയിൽ മോനുണ്ടെങ്കിൽ എനിക്ക് വേഗത്തിലോടാൻ പറ്റില്ല, അതുകൊണ്ട് മോനിവിടെ നില്ക്കണം. അമ്മ സഞ്ചിനിറയെ അത്തിപ്പഴം പറിച്ച് മോനു കൊണ്ടുവന്ന് തരാം.

അമ്മയുടെ വാക്ക് കേട്ടയുടൻ മകൻ സഞ്ചിയിൽനിന്ന് പുറത്തു ചാടി. നിലത്ത് കിടന്നുരുണ്ട് തന്റെ പ്രതിഷേധം കാണിച്ചലറിക്കരഞ്ഞു.

മകന്റെ വാശിക്കു മുന്നിൽ ആ അമ്മ തോറ്റു കൊടുത്തു. അവനെയും കൂടെ കൊണ്ടുപോകാൻ തയ്യാറായി. പകലോൻ തലയ്ക്കുമീതേ കയറാൻ തുടങ്ങി. അവർ പുൽമേട്ടിലെ ആനത്താരിലൂടെ നടന്നു. അമ്മ മകനെ സഞ്ചിയിൽ കയറാൻ

നിർബ്ബന്ധിച്ചെങ്കിലും ദുർവ്വാശിക്കാരനായ മകൻ തയ്യാറായില്ല.

കുറേദൂരം നടന്നപ്പോഴേക്കും വെയിലിന് ശക്തിയേറി. അവർ അടുത്തുകണ്ട കാട്ടരുവിയിലിറങ്ങി മതിയാവോളം വെള്ളംകുടിച്ചു. ആ തണുത്തവെള്ളം അവർക്ക് ഉന്മേഷം നല്കി.

ആ സമയത്ത് കാട്ടരുവിയിൽ വെള്ളം കുടിക്കാനെത്തിയ മൂന്ന് മുയലുകൾ അവരോട് കുശലം ചോദിച്ചു. യാത്രയെക്കുറിച്ച് കേട്ടപ്പോൾ മുയലുകളും അവർക്കൊപ്പം കൂടി. അവർ കൂട്ടുകാരില്ലാത്തതിനാലാണ് അത്തിമരക്കാട്ടിലേക്ക് പോകാഞ്ഞത്.

കഴിഞ്ഞ ദിവസം ഒരു കൂട്ടം മാനുകൾ അത്തിപ്പഴം തിന്നാൻ പോയിവരുമ്പോൾ ഈ കാട്ടരുവിയിൽ വെള്ളം കുടിക്കുവാൻ വന്നിരുന്നു. നിറയെ പഴുത്ത് നില്ക്കുകയാണെന്നാണവർ പറഞ്ഞത്. എല്ലാവരും വയറുനിറയെ ഭക്ഷിച്ചതിനാൽ വളരെ പതുക്കെയാണവർ നടന്നിരുന്നത്. അമ്മയുടെ സഞ്ചിയിൽ കിടന്ന മകൻ ഇതുകേട്ട് സന്തോഷിച്ചു. അമ്മയുടെ വായിലും വെള്ളമൂറി.

മുയലുകളും സഞ്ചിമൃഗവും പലതും സംസാരിച്ച് ഏറെദൂരം പിന്നിട്ടു. പുൽമേട് വിട്ട് അവർ ഇല്ലിക്കാട്ടിനുള്ളിലൂടെയായി യാത്ര. കുറച്ച് ദൂരം കൂടിയേ ഇനിയുള്ളൂ. ഒരു ചെറിയ മലകൂടി കയറിയിറങ്ങിയാൽ അത്തിമരക്കാടായി.

ഇല്ലിക്കാട്ടിനുള്ളിൽ കാട്ടാനകൾ കാണാനിടയുണ്ട്. അവയെക്കൊണ്ടാർക്കും ശല്യമൊന്നുമില്ല. സ്വസ്ഥമായി, മുളഞ്ചില്ലകൾ തിന്ന് സുഖമായി നടക്കും. പലയിടത്തും ഇല്ലിക്കൂട്ടങ്ങൾ ചവിട്ടിയൊടിച്ചിട്ടിരിപ്പുണ്ട്.

മുയലുകൾ സഞ്ചിമൃഗത്തോട് പറഞ്ഞു. "കുറച്ചുദൂരം നടന്നാലും വേണ്ടില്ല കാരറ്റ് തിന്നു മടുത്തു! അത്തിപ്പഴത്തിന്റെ മധുരമോർത്താൽത്തന്നെ ഉമിനീരിറങ്ങി വയറ് നിറയും."

സഞ്ചിമൃഗം ഇത് ശരിവച്ചു. പെട്ടെന്ന് സഞ്ചിമൃഗത്തിന്റെ നിലവിളി ഉയർന്നു. അതുകേട്ട് മുയലുകൾ പരക്കം പാഞ്ഞു. മകൻ സഞ്ചിയിൽനിന്ന് പുറത്തുചാടി. . സഞ്ചിമൃഗം തറയിൽക്കിടന്ന് വേദനകൊണ്ട് പുളയുകയാണ്. ഓടിപ്പോയ മുയലുകൾ ചുറ്റും നോക്കി അപകടമില്ലെന്ന് ഉറപ്പുവരുത്തി, മെല്ലെ അടുത്ത്

ചെന്നു. "ഈ ഇല്ലിക്കാട്ടിൽ ഒരു രാജവെമ്പാലയുണ്ടെന്ന് കേട്ടിട്ടുണ്ട്. മനുഷ്യവാസമുള്ള സ്ഥലത്തുനിന്ന് പിടിച്ച് ഇവിടെ ക്കൊണ്ട് തള്ളിയതാണ്. ഇനി അതെങ്ങാനും...?"- മുയലുകൾ അടക്കം പറഞ്ഞു.

സഞ്ചിമൃഗത്തിന്റെ കാലിൽ ഒരു വലിയ മുളമുള്ള് തറച്ച്കയറിയിരുന്നു. മുയലുകളിലൊരുവൻ അത് വലിച്ചൂരി യെടുത്തു. മറ്റൊരുമുയൽ കുറ്റിക്കാട്ടിനുള്ളിലേക്ക് കയറി. ചില പച്ചിലകൾ പറിച്ച് ചതച്ച് പിഴിഞ്ഞ് ചാറെടുത്ത് കാലിലെ മുറിവിൽ പുരട്ടി.

വേദനയ്ക്ക് യാതൊരു ശമനവുമില്ല. മുളമുള്ളല്ലേ!

അമ്മയുടെ കിടത്തം കണ്ടപ്പോൾ മകന് സങ്കടത്തിന് പകരം ദേഷ്യമാണ് വന്നത്. അവൻ പറഞ്ഞു:

"അമ്മയ്ക്ക് നോക്കി നടന്നുകൂടായിരുന്നോ. എണീക്ക് നമുക്ക് പോകാം."

അവർ വീണ്ടും യാത്രയ്ക്ക് തയ്യാറായി. പക്ഷേ, അമ്മയ്ക്ക് മുറിവു പറ്റിയ കാൽ നിലത്തുറപ്പിക്കാനേ വയ്യ. ആ സഞ്ചിമൃഗം നിലവിളിച്ചു. അതു പറഞ്ഞു. "നിങ്ങൾ പോയിട്ട് വാ. ആ മല കയറിയിറങ്ങിയാൽ മതിയല്ലോ. ഞാനും മോനും കൂടി ഇവിടെ കിടന്നുകൊള്ളാം. കാലിലെ വേദന അല്പം കഴിയുമ്പോൾ മാറിക്കൊള്ളും. നിങ്ങൾ ഞങ്ങൾക്ക് കൂടി കുറച്ച് അത്തിപ്പഴം കൊണ്ട് വന്നാൽ മതി."

അമ്മയുടെ വാക്കുകൾ ദുർവ്വാശിക്കാരനായ മകന് സഹിക്കാനായില്ല. അവൻ അമ്മയെ ശകാരിച്ചു. അവൻ മുയലുകൾക്കൊപ്പം പോകാൻ തിടുക്കംകൂട്ടി. അമ്മയ്ക്ക് വല്ലാതെ ദേഷ്യം വന്നു. ആപത്തു വല്ലതും വന്നാൽ അവന് വേഗത്തിലോടാൻ കഴിയില്ലെന്ന് അവൾ പറഞ്ഞു.

മകന്റെ നിർബ്ബന്ധം മുറുകിയപ്പോൾ മുയലുകൾ പറഞ്ഞു:

"ഞങ്ങൾ ഇവനെ ശ്രദ്ധിച്ചോളാം. എന്തായാലും ഇപ്പോള വിടെ ശല്യക്കാരാരുമുള്ളതായി അറിവില്ലല്ലോ."

മുയലുകളുടെ വാക്ക് കേട്ട് അമ്മ മനസ്സില്ലാമനസ്സോടെ അവനെ പോകാനനുവദിച്ചു. നൂറു തവണ, മകനെ ശ്രദ്ധിക്ക ണേയെന്ന് അവൾ മുയലുകളോട് പറഞ്ഞു. അതുകേട്ട് അമ്മയെ

ശ്രദ്ധിക്കുക പോലും ചെയ്യാതെ അവൻ തുള്ളിച്ചാടി മുയലുകൾക്കൊപ്പം പോയി.

അവർ പോയിട്ട് നേരമേറെ കഴിഞ്ഞു. സഞ്ചിമൃഗം അവർ പോയ വഴിയിലൂടെ മെല്ലെ നടന്ന് തുടങ്ങി. ഇപ്പോൾ വേദനയ്ക്ക് അല്പം ശമനമുണ്ട്. എങ്കിലും വേഗത്തിൽ നടക്കാൻ കഴിയുന്നില്ല. പെട്ടെന്ന് മലയ്ക്കപ്പുറത്തുനിന്ന് മകന്റെ നിലവിളി കേട്ടോയെന്ന് അമ്മയ്ക്ക് തോന്നി. തന്റെ തോന്നലാകുമെന്ന് കരുതി ശബ്ദം കേട്ട ഭാഗത്തേക്ക് അവർ ചെന്നു മലയുടെ താഴ്വാരത്തിലെത്തിയപ്പോൾ മുകളിൽനിന്ന് മുയലുകൾ മൂന്നും പാഞ്ഞ് വരികയാണ്. അവരുച്ചത്തിലെന്തോ പറയുന്നുണ്ട്. അവർ ഓടി വന്ന് സഞ്ചി മൃഗത്തിന്റെ കാല്ക്കൽ വീണു. കിതപ്പുകാരണം അവർക്കൊന്നും പറയാൻ കഴിഞ്ഞില്ല.

അല്പസമയം കഴിഞ്ഞ് മുയലുകളിലൊരാൾ "പുലി"യെന്നൊരു വാക്ക് മാത്രം പറഞ്ഞു. കിതപ്പിനിടയിൽ ആ വാക്കേ പുറത്ത് വന്നുള്ളൂ. അതുകേട്ടതും സഞ്ചിമൃഗത്തിന് ബോധക്ഷയം വന്നു.

മുയലുകൾക്ക് ഭയമായി. എങ്കിലും ഒരുവൻ കുറ്റിക്കാട്ടിനുള്ളിലേക്ക് കയറി. അല്പം കഴിഞ്ഞ് ഏതോ ഒരിലയുമായി വന്നു. അത് ചതച്ച് മണപ്പിച്ചതോടെ സഞ്ചിമൃഗം ചാടിയെഴുന്നേറ്റു. ഉടൻ നിലവിളിക്കാനും തുടങ്ങി. അതുകണ്ട് മുയലുകൾ ശബ്ദിക്കരുതെന്ന് അവൾക്ക് മുന്നറിയിപ്പ് കൊടുത്തു.

അവർ പറഞ്ഞു.

"രണ്ട് കരിമ്പുലികൾ മലയുടെ മറുവശത്തുണ്ട്. ഞങ്ങൾ അത്തിമരച്ചോട്ടിലെത്തും മുമ്പ് നിന്റെ മകൻ മുന്നോട്ട് കുതിച്ചു. കുറ്റിക്കാടുകൾക്കിടയിൽ പതുങ്ങിയിരുന്ന കരിമ്പുലികൾ രണ്ടും കൂടി. . ." പറഞ്ഞുതീരുംമുമ്പ് പുലിയുടെ ഗർജ്ജനം മലയുടെ മറുവശത്തുനിന്ന് വീണ്ടുമുയർന്നു. അതുകേട്ട് കാലിലെ വേദന മറന്ന് സഞ്ചിമൃഗം മുയലുകൾക്ക് മുന്നേ പറന്നു.

പുഞ്ചക്കൊക്കും ഇരണ്ടപ്പക്ഷിയും

കുട്ടനാടൻ പുഞ്ചപ്പാടത്ത് ഒരു പുഞ്ചക്കൊക്കും ഒരു ഇരണ്ടപ്പക്ഷിയും തമ്മിൽ കണ്ടുമുട്ടി. പുഞ്ചക്കൊക്കിന്റെ സുന്ദരരൂപം കണ്ട് കറുമ്പനായ ഇരണ്ടപ്പക്ഷിക്ക് ആരാധന തോന്നി. ഇരണ്ടപ്പക്ഷി എന്നും വിചാരിക്കാറുണ്ട് സുന്ദരനായ പുഞ്ചക്കൊക്കിനെ പരിചയപ്പെടണമെന്ന്. എന്നാൽ ഗൗരവ ക്കാരനായി ഒറ്റക്കാലിൽ നിന്ന് തപസ്സുചെയ്യുന്ന പുഞ്ചക്കൊ ക്കിനെ കാണുമ്പോൾ തനികറുമ്പനായ ഇരണ്ടപ്പക്ഷിക്ക് വല്ലാത്ത സങ്കോചം തോന്നും. തന്റെ വർഗ്ഗം മൊത്തം കറുത്തുപോയതിൽ അവന് വല്ലാത്ത പരിഭവമുണ്ട്.

മുങ്ങാംകുഴിയിട്ട് മീനുകളെ പിടിച്ചുതിന്നുന്നതിനിടയിൽ ഒരു വലിയ മീൻ അവന്റെ മുന്നിലൂടെ പാഞ്ഞുപോയി. അതിന് പിന്നാലെ മുങ്ങാംകുഴിയിട്ട് പൊങ്ങുമ്പോൾ തന്റെ ആരാധനാ പാത്രമായ പുഞ്ചക്കൊക്ക് തൊട്ടടുത്തു കൂടിയൊഴുകുന്ന തോട്ടിൽ പറന്നിറങ്ങുന്നത് കണ്ടു.

ഇത്തവണ ഇവനെ പരിചയപ്പെടണമെന്നുറച്ച് ഇരണ്ടപ്പക്ഷി തന്റെ നനഞ്ഞചിറകുകൾ കുടഞ്ഞ് പറന്നുയർന്ന് പുഞ്ചക്കൊ ക്കിനടുത്ത് പറന്നിറങ്ങി. തപസ്സിന് വിഘ്നം വരുത്തിയവനെ രൂക്ഷമായൊന്ന് നോക്കി കൊക്ക് വീണ്ടും ഗൗരവത്തിൽ ഒറ്റക്കാലിൽ നില്പ്തുടർന്നു.

ഇരണ്ടപ്പക്ഷി അല്പം ശങ്കയോടെ വിളിച്ചു. “ചങ്ങാതീ” വിളികേട്ട് കൊക്ക് ഉയർത്തിവച്ചിരുന്ന കാൽ നിലത്ത് കുത്തി തിരിഞ്ഞുനോക്കി.

“ഒന്ന് പരിചയപ്പെടണമെന്നുണ്ട്-” ഇരണ്ടപ്പക്ഷി പറഞ്ഞു. “ഉം, എന്തിന്. നമ്മൾ തമ്മിൽ പരിചയപ്പെടാൻ നീ എന്റെ വർഗ്ഗമല്ലല്ലോ”- കൊക്ക് എടുത്തടിച്ചപോലെ മറുപടി പറഞ്ഞു. ഇരണ്ടപ്പക്ഷി ഒന്നറച്ചു. എങ്കിലും വിട്ടുകൊടുത്തില്ല അവൻ പറഞ്ഞു. “നമ്മളൊരു വർഗ്ഗമല്ലെങ്കിലും നമ്മൾ കഴിക്കുന്നത് ഒരേ ഭക്ഷണമാ” ഇരണ്ടപ്പക്ഷിയുടെ മറുപടി കൊറ്റിപ്പക്ഷിയെ നാണിപ്പിച്ചു. അവൻ പറഞ്ഞു – “നിന്റെ മറുപടി എനിക്കിഷ്ടമായി. നീ മിടുക്കനാണ്. നമുക്ക് പരിചയപ്പെടാം. അങ്ങനെ പുഞ്ചക്കൊക്ക് തന്റെ നാട്, കൂട്, കുടുംബം എല്ലാം വിസ്തരിച്ച് പറഞ്ഞു. എന്നാൽ ഇരണ്ടപ്പക്ഷിക്ക് അതത്ര വിശ്വാസം വന്നില്ല. എന്നും കാണുന്ന ഇവൻ ഇതേവരെ കുടുംബത്തെ കൂടെകൊണ്ടുവന്നിട്ടേയില്ല. എങ്കിലും തന്റെ അവിശ്വാസം പുറത്ത്കാണിച്ചില്ല. ഇരണ്ടപ്പക്ഷിയും തന്നെ പരിചയപ്പെടുത്തി. തന്റെ കുടുംബം വേട്ടക്കാരുടെ വെടിയേറ്റ് നശിച്ചുപോയ സംഭവം പറഞ്ഞപ്പോൾ അവന്റെ ശബ്ദമിടറി.

പുഞ്ചക്കൊക്ക് പറഞ്ഞു: “നീയെന്തിനാണിത്ര കഷ്ടപ്പെടുന്നത്, എന്നെ കണ്ടുപഠിക്ക്, ഇര തേടാൻ നീ കുഴികളായ കുഴികളിലെല്ലാം മുങ്ങിത്തപ്പുകയല്ലേ.”

ഇരണ്ടപ്പക്ഷി പറഞ്ഞു: “ഞങ്ങൾക്ക് ഇഷ്ടമുള്ള മീനുകളെ തേടിപ്പിടിക്കാൻ കഴിയും. ശരീരത്തിന് നല്ല വ്യായാമവുമാകും. സ്ഥലം മാറി മാറിയിരിക്കുന്നതിനാൽ വേട്ടക്കാരുടെ ശ്രദ്ധ എത്തുകയുമില്ല.”

ഇരണ്ടപ്പക്ഷിയുടെ മറുപടി കേട്ട് പുച്ഛസ്വരത്തിൽ പുഞ്ചകൊക്ക് പറഞ്ഞു. “എനിക്കുള്ള ഇര എന്നെത്തേടിവരും. വേട്ടക്കാരെയൊന്നും എനിക്ക് പേടിയില്ല. ഇത്രയും കാലമായിട്ടും എന്നെയൊരു വേട്ടക്കാരനും തോക്കു ചൂണ്ടിയിട്ടില്ല.” പറഞ്ഞുതീർന്നതും ഒരു വെടി ശബ്ദം. കൊക്ക് പറന്നുയർന്നു, ഇരണ്ടപ്പക്ഷി തൊട്ടടുത്തുള്ള കുളത്തിൽ ചാടി മുങ്ങാംകുഴിയിട്ടു. അല്പനേരം കഴിഞ്ഞ് തല ഉയർത്തി നോക്കിയപ്പോൾ വേട്ടക്കാർ

തോക്കുമായി തിരികെപ്പോകുന്നതാണ് കണ്ടത്. കൂട്ടത്തിലൊരുവന്റെ കൈയിൽ ഒരു പുഞ്ചക്കൊക്കിനെ തലകീഴായി പിടിച്ചിട്ടുണ്ട്. അടുത്തുള്ള വയലുകളിലൊന്നും സുന്ദരന്മാരായ വെള്ളക്കൊറ്റികളെയൊന്നും കാണാനേയില്ല. ഇരണ്ടപ്പക്ഷി കൂട്ടുകാരന്റെ അമിത ആത്മവിശ്വാസവും സൗന്ദര്യത്തിന്റെ ഗർവ്വിനെപ്പറ്റിയും ചിന്തിച്ചുകൊണ്ട് തന്റെ ഇരയ്ക്കായി മുങ്ങാംകുഴിയിട്ടു.

കർഷകന്റെ ആൺമക്കൾ

പണ്ടെന്ന് പറഞ്ഞാൽ വളരെ പണ്ട് ഒരു ജന്മിയുടെ വയലിനരികിൽ ഒരു കർഷകനും അയാളുടെ രണ്ട് ആൺമക്കളും താമസിച്ചിരുന്നു. ഇരട്ടകളായ ഈ മക്കളുടെ ജനനത്തോടെ അവരുടെ അമ്മ മരിച്ചു. മക്കളുടെ ഭാവിയോർത്ത് കർഷകൻ വേറെ വിവാഹം കഴിച്ചില്ല. വയലിൽ പണിക്കിറങ്ങുമ്പോൾ മക്കളെ വയലരികത്തുള്ള മരത്തിൽ തൊട്ടിലുകെട്ടി അതിൽ കിടത്തി വളരെ കഷ്ടപ്പെട്ട് വളർത്തി വലുതാക്കി.

മക്കൾ വളർന്നു വരുന്തോറും അഹങ്കാരികളായിത്തീർന്നു. അവർ പിതാവിനെപ്പോലും അനുസരിക്കാതെയായി. ഒരു ദിവസം സന്ധ്യ മയങ്ങിയപ്പോൾ അവരുടെ കുടിലിന്റെ മുറ്റത്തേക്ക് ഒരു കാളക്കൂറ്റൻ വന്നെത്തി. അവർ രണ്ടുപേരും കൂടി അതിനെപ്പിടിച്ച് മുറ്റത്തെ തെങ്ങിൽ കെട്ടിയിട്ടു. എന്നിട്ട് എന്തു ചെയ്യണമെന്നതിനെപ്പറ്റി ആലോചിച്ചു.

അപ്പോഴേക്കും കർഷകൻ പണികഴിഞ്ഞെത്തി. മുറ്റത്തെ തെങ്ങിൽ കെട്ടിയിട്ടിരിക്കുന്ന കാളയെക്കണ്ട് അയാൾ അത്ഭുതപ്പെട്ടു. മക്കൾ വാങ്ങിയതാവുമെന്ന് കരുതി അയാൾ സന്തോഷിച്ചു. ആൺമക്കളെ കണ്ടപ്പോൾ എത്ര രൂപയ്ക്ക് വാങ്ങിയെന്ന് ചോദിച്ചു. എന്നാൽ മക്കളുടെ മറുപടിയിങ്ങനെയായിരുന്നു: “എത്ര കിട്ടിയാൽ കൊടുക്കാമെന്നാണ് ഞങ്ങൾ ആലോചിക്കുന്നത്.” കുട്ടികളുടെ തലതിരിഞ്ഞ മറുപടി ആ

പിതാവിനെ ദുഃഖത്തിലാക്കി. എന്റെ മക്കളെന്താണിങ്ങനെ യായിപ്പോയതെന്നയാൾ ഓർത്തു. ഇരട്ടക്കുട്ടികളായതിനാൽ എല്ലാവരുംകൂടി ഇവരെ ലാളിച്ച് വഷളാക്കിയതാവും.

അയാൾ വീണ്ടും മക്കളോട് ചോദിച്ചു. "നിങ്ങൾക്ക് എവിടുന്നാണ് ഇത്രയും പണം കിട്ടിയത്? അതിനും മക്കൾക്ക് തല തിരിഞ്ഞ മറുപടിയുണ്ടായിരുന്നു. കിട്ടിയതല്ല വന്നു കയറിയതാ, മക്കളുടെ മറുപടി അയാളെ ദേഷ്യം പിടിപ്പിച്ചു. "സത്യം പറ! ഇതിനെ എവിടുന്ന് കിട്ടി ഇതിനെ ഞാൻ ജന്മിയുടെ തൊഴുത്തിൽ കണ്ടിട്ടുള്ളതുപോലെ" പിതാവിന്റെ മറുപടികേട്ട് മക്കൾ രണ്ടുപേരും പൊട്ടിച്ചിരിച്ചു. അവർ പറഞ്ഞു. "ഇത് വന്ന് കയറിയതാ. സന്ധ്യയ്ക്ക് വന്നുകയറിയ മഹാലക്ഷ്മിയെ പുറങ്കാൽ കൊണ്ട് തട്ടിക്കളയരുതെന്ന് കരുതി പിടിച്ച് കെട്ടിയതാ. ഇന്ന് രാത്രിയിലിതിനെ ഞങ്ങൾ അറവുശാലയിലേക്ക് കൊണ്ടു പോകും.

മക്കളുടെ വാക്ക് കേട്ട് ആ പിതാവ് ഞെട്ടി വിറച്ചു. മഹാ പാപം ചെയ്യരുതെന്ന് മക്കളെ ഉപദേശിച്ചു. യജമാനനറിഞ്ഞാൽ വരുന്ന ആപത്തിനെക്കുറിച്ചവരെ ഓർമ്മിപ്പിച്ചു. താൻ ജന്മിയുടെ വീട്ടിലറിയിക്കുമെന്നും പറഞ്ഞു. എന്നാൽ മക്കൾ തീർത്തു പറഞ്ഞു: "ഞങ്ങൾ തെറ്റൊന്നും ചെയ്യുന്നില്ലല്ലോ. ഇവിടെ വന്നു കയറിയതിനെ ഞങ്ങൾ വിടുകയില്ല."

അവിടെനടന്ന ഈ വർത്തമാനമെല്ലാം ജന്മിയുടെ വീട്ടിലെ ഒരു ജോലിക്കാരൻ ഒളിച്ചുനിന്നു കേട്ടു. ആ വീട്ടിനടുത്തുകൂടി പോകുമ്പോൾ കാളയെക്കണ്ട് അതാരുടേതെന്ന് ചോദിക്കാമെന്ന് കരുതി ചെന്നപ്പോഴാണ് അവിടുത്തെ സംഭവങ്ങൾ മനസ്സി ലായത്. ആ കർഷകന് ഒരു കാളയെ മേടിക്കാനുള്ള വരുമാന മില്ലെന്ന് അയാൾക്ക് നന്നായറിയാം. അതുകൊണ്ടാണ് ആ പൊളിഞ്ഞ് വീഴാറായ കുടിലിന് മറഞ്ഞുനിന്ന് അയാൾ ഈ വർത്തമാനം ശ്രദ്ധിച്ചത്.

ജോലിക്കാരൻ വേഗം ജന്മിയുടെ വീട്ടിലേക്ക് നടന്നു. ഇരുട്ടുവീണ വഴിയിലൂടെ കുറേദൂരം ചെന്നപ്പോൾ ആരോ വരുന്നതു കണ്ടു. അത് ജന്മിയുടെ വീട്ടിലെ കന്നുകാലി സൂക്ഷിപ്പുകാരാണ്. അവർ കാളയെ വഴിയിൽ കണ്ടോയെന്ന്

ചോദിച്ചു. വഴിയിൽ കണ്ടതും കേട്ടതുമായ കാര്യങ്ങൾ അയാൾ അവരോട് പറഞ്ഞു. അവരുടൻതന്നെ ജന്മിയുടെ അടുക്കലെത്തി കാര്യങ്ങൾ അവതരിപ്പിച്ചു.

ജന്മി അവരെ മൂന്നുപേരെയും പിടിച്ചുകെട്ടി കൊണ്ടുവരാൻ പറഞ്ഞു. അവിടുത്തെ പണിക്കാരെല്ലാവരും കൂടി കർഷകന്റെ വീട്ടിലെത്തി. മക്കളെയും കർഷകനെയും പിടിച്ച് കെട്ടി കാളയെയുമഴിച്ച് ജന്മിയുടെ വീട്ടിലേക്ക് കൊണ്ടുപോയി. കർഷകൻ ജന്മിയെ കണ്ടപാടെ കരഞ്ഞുവിളിച്ച് തൊഴുത് കാര്യങ്ങൾ ബോധിപ്പിച്ചു.

കർഷകന്റെ കെട്ടഴിച്ചുവിടാൻ ജന്മി ആവശ്യപ്പെട്ടു. എന്നിട്ട് കർഷകന്റെ സത്യസന്ധതയെ അഭിനന്ദിച്ചു. എന്നാൽ ധിക്കാരികളും അനുസരണകെട്ടവരുമായ മക്കളെ ചാട്ടവാർ കൊണ്ടടിച്ചു. ഒടുവിൽ കർഷകന്റെ ഉറപ്പിന്മേൽ മക്കളെ വിട്ടയയ്ക്കുകയും ചെയ്തു. അടികൊണ്ട് പൊളിഞ്ഞ ശരീരവുമായി ആൺമക്കൾ രണ്ടുപേരും കർഷകന്റെയൊപ്പം അനുസരണയുള്ള കുഞ്ഞുങ്ങളെപ്പോലെ നടന്നു.

ബ്രോക്കർ കുറുക്കൻ

ബ്രോക്കർ കുറുക്കൻ ചില്ലറക്കാരനല്ല. പൂവമ്പാറ ആറ്റിനക്കരെയിക്കരെ നീന്തി നടക്കുന്നതിൽ മിടുക്കനാണ്. ശക്തമായ ഒഴുക്കുള്ളപ്പോൾ മാത്രം അടുത്ത കാടുകളിൽ കടന്നുകയറുമെങ്കിലും തന്റെ സ്ഥിരം സങ്കേതം തേടി അവനുടൻ എത്തുമായിരുന്നു. നാട്ടുകാർ കാടെല്ലാം വെട്ടി വെളുപ്പിച്ചെങ്കിലും ആറ്റിനരികിലെ കല്ലൻമുളങ്കൂട്ടങ്ങൾ മനുഷ്യൻ വിട്ടുകളഞ്ഞു. വെറുതെ വിട്ടതല്ല ആറ്റിലെ മണ്ണിടിച്ചിൽ തടയാനായി അവയെ നിലനിർത്തിയതാണ്. മുളങ്കൂട്ടങ്ങൾ നൂറ് കണക്കിന് വന്യജീവികൾക്കുള്ള അഭയകേന്ദ്രമാണ്.

വെള്ളമിറക്കം തുടങ്ങുന്ന അവസരത്തിൽ കുറുക്കൻ ഇരതേടാൻ ചില തട്ടിപ്പുമായി മറുകരയിലെത്തും. അവിടെയുള്ള കുറ്റിക്കാട്ടിൽ നാട്ടിൽനിന്ന് കാട് കയറിയ ചില കാട്ടുകോഴികൾ ചികഞ്ഞ് നടപ്പുണ്ടാകും. അതുവഴി പോകുമ്പോൾ ഒളിഞ്ഞ് നിന്ന് അവയെ കണ്ടിട്ടുണ്ട്. തന്റെ നിഴൽ കണ്ടാൽ അവയെല്ലാം പറന്ന് മരക്കൊമ്പുകളിൽ കയറും. സുന്ദരികളായ കോഴികളെ നോക്കിനില്ക്കുമ്പോൾ അറിയാതെ വായിൽ വെള്ളമൂറും.

നേരം പുലർന്നയുടൻ ബ്രോക്കർ കുറുക്കൻ പുഴ നീന്തിക്കടന്ന് കുറ്റിക്കാട്ടിൽ കയറി. കുറച്ചുദൂരം നടന്നെങ്കിലും വണ്ണാത്തിപ്പുള്ളുകളേയും കുരുവികളേയും മാത്രമേ കാണാൻ

കഴിഞ്ഞുള്ളൂ. വണ്ണാത്തിപ്പുള്ളിന്റെ ചൂളമടി അവനെ വല്ലാതെ ബോറടിപ്പിച്ചു. സൂര്യപ്രകാശം മരച്ചില്ലകൾക്കിടയിലൂടെ താഴെയെത്തി. അവൻ ഒരു മരത്തിന് ചുവട്ടിൽ വിശ്രമിച്ചു. തന്റെ സൗന്ദര്യം ഒന്നുകൂടി ആസ്വദിച്ചു. വിസ്തരിച്ചൊന്നു വായ തുറന്നടച്ചു. രാവിലെ ഒന്നും കഴിക്കാത്ത ക്ഷീണമാണ്.

പെട്ടെന്ന് അവനിരുന്ന മരത്തിന് മുകളിൽനിന്ന് കോഴികളുടെ പിറുപിറുക്കൽ കേട്ടു. സ്വപ്നം കാണുകയാണെന്നാണ് ആദ്യം കരുതിയത്. ഏറുകണ്ണിട്ട് മുകളിലേക്ക് നോക്കി. മരത്തിന്റെ പല കമ്പുകളിലായി സുന്ദരികളായ നാലഞ്ച് പിടക്കോഴികൾ. കാഴ്ചയിൽത്തന്നെ നല്ല സൗന്ദര്യം. എന്തെങ്കിലും കൗശലം പ്രയോഗിക്കണം. കുറുക്കൻ ഒന്നു ശരീരം കുടഞ്ഞു. അല്പം ദൂരെമാറി നിന്ന് മുകളിലേക്ക് നോക്കി.

"അല്ലേ ഇതാരൊക്കെയാ, കണ്ടിട്ട് കുറേക്കാലമായല്ലോ?" ഇതുകേട്ട് കോഴിയമ്മയ്ക്ക് ചിരിവന്നു. അവൾ പറഞ്ഞു: "പണ്ടൊരിക്കൽ ഞങ്ങളുടെ അച്ഛനെയും കൊണ്ടുപോയ ശേഷം ഇപ്പോഴാണല്ലോ കാണുന്നത്?"

"പറ്റിപ്പോയതാ അന്ന്, വിശപ്പ് സഹിക്കാൻ പറ്റിയില്ല. നിങ്ങളിറങ്ങി താഴെ വാ. ഈ പെൺകുട്ടികൾക്ക് അക്കരെ കാട്ടിൽ നല്ല പൂവൻമാരുണ്ട്. അവർക്കൊന്ന് സംബന്ധമാലോചിച്ചാലോ?"

കോഴിയമ്മ പറഞ്ഞു: "അവർ ഇവിടെ വന്ന് പെണ്ണ് കാണാൻ പറയൂ. . ."

"അയ്യോ പാവം, അവർക്ക് പുഴ നീന്തി കടക്കാൻ പറ്റില്ല. നിന്റെ മക്കളെ ഞാൻ എന്റെ തോളത്തിരുത്തി അക്കരെക്കൊണ്ട് പോകാം. നീയൊരു വാക്ക് പറഞ്ഞാൽ മതി." ഇത് കേട്ട് കോഴിയമ്മ ചിരിച്ചു. അവൾ പറഞ്ഞു:

"ഇവളുമാർക്ക് വിവാഹപ്രായമായില്ല. വിവാഹപ്രായമായൊരു പെൺകൊച്ചിന്റെ തന്ത ഈ മരത്തിന്റെ അടിയിലെ കുഴിയിൽ താമസമുണ്ട് കുഴിയിലിറങ്ങി ചെന്നാൽ മതി."

കുറുക്കന് സന്തോഷമായി. ആരായാലും ബ്രേക്ക്ഫാസ്റ്റ് കുശാലായി. അവൻ ചോദിച്ചു.

"പുതിയ താമസക്കാരാണോ?"

"അതെ. കഴിഞ്ഞ ഒഴുക്കിന് ആറ്റുവെള്ളത്തിൽ വന്നതാ. ഞങ്ങൾ ഇവിടെ താമസിക്കാൻ പറഞ്ഞു." ഇത് കേട്ട് കുറുക്കന് ആർത്തിയായി. അവൻ നാവുനീട്ടി ചുണ്ടുകൾ മയപ്പെടുത്തി. ചോദിച്ചിട്ടു വരാമെന്ന് പറഞ്ഞ് കുഴിയുടെ വക്കിൽ ചെന്ന് എത്തിനോക്കി. പഴയ ഏതോ മരത്തിന്റെ കുറ്റി പൊടിഞ്ഞ് വലിയ കുഴിയായി കിടക്കുകയാണ്. കുഴിയിലെ ഇരുട്ടുകാരണം ഒന്നും കാണാനും കഴിഞ്ഞില്ല. കോഴിയമ്മയോടവൻ ചോദിച്ചു:

"ആളിവിടുണ്ടോ?"

കോഴിയമ്മ പറഞ്ഞു: "മക്കളുമായി ഇപ്പോൾ ഇറങ്ങി പ്പോയത് ഞാൻ കണ്ടതാണ്."

കുറുക്കൻ മിണ്ടാതെ കുഴിയിലേക്ക് എടുത്ത് ചാടി. പുറത്തെ ബഹളം കേട്ട് അതിലെ താമസക്കാരൻ പുറത്തേക്കിറങ്ങാൻ തുടങ്ങുകയായിരുന്നു. അപ്പോഴാണ് കുറുക്കച്ചാർ കുഴിയിലേക്ക് എടുത്ത് ചാടിയത്. അവൻ അതിലെ താമസക്കാരനെ കണ്ടതും മരണവെപ്രാളത്തോടെ മുകളിലേക്ക് ചാടിക്കയറാൻ നോക്കി. എന്നാൽ കുഴിയുടെ ആഴം കാരണം കരയ്ക്ക് കയറാൻ കഴിഞ്ഞില്ല. കോഴിയമ്മയും മക്കളും കുറുക്കന്റെ പരാക്രമം കണ്ടു രസിച്ചു. കഴിഞ്ഞ മലവെള്ളപ്പാച്ചിലിൽ വന്ന കൂറ്റൻ പെരുമ്പാമ്പ് കുഴിയിൽ പെറ്റ് കിടക്കുകയായിരുന്നു. പെരുമ്പാമ്പിനെ കണ്ടു കുറുക്കൻ നിശ്ശബ്ദനായി. പെരുമ്പാമ്പ് അവനെ സ്നേഹത്തോടെ ചുറ്റി വരിഞ്ഞു. അവനറിയാതെ നീട്ടി ഓരിയിട്ടു. അവന്റെ എല്ലുകൾ ഒടിയുന്ന ശബ്ദം മരത്തിനു മുകളിലിരുന്ന കോഴികൾ ഭയത്തോടെയാണ് കേട്ടത്. എങ്കിലും സന്തോഷം തോന്നി. ഈ ദുഷ്ടനാണ് തന്റെ അച്ഛനെ പണ്ട് കഴുത്തിന് പിടിച്ച് പാഞ്ഞതെന്ന് അമ്മ പറഞ്ഞു കേട്ടിട്ടുണ്ട്. അതോടെ അങ്ങേ കാട്ടിൽനിന്ന് ഇങ്ങേ കാട്ടിലെത്തുന്ന ബ്രോക്കർ കുറുക്കന്റെ ശല്യം ഇല്ലാതായി.

കുറുക്കന്റെ മണ്ണിരകൃഷി

പഴയ കുന്നുമ്മേലെ കുറ്റിക്കാടുകൾക്കിടയിൽ ഒരു കൗശലക്കാരനായ കുറുക്കൻ താമസമുണ്ടായിരുന്നു. കുന്നിൻ മുകളിലെ കാട്ടിലെ കോഴികളെയെല്ലാം പല രീതിയിലായി കുറുക്കൻ ശാപ്പിട്ടു തീർത്തു. രണ്ടു ദിവസമായി പട്ടിണിയായ തിനാൽ കുന്നിന്റെ താഴ്വരയിലുള്ള ചതുപ്പുനിലത്തിൽനിന്ന് ചില ജലജീവികളെ പിടിച്ച് തിന്നാനായി പുറപ്പെട്ടു.

ഈ സമയത്താണ് കിലുക്കാംപെട്ടി മരത്തിലെ പോടിനുള്ളിൽ താമസമാക്കിയ രണ്ട് കോഴികൾ താഴ്വരയിലെ നനഞ്ഞ മണ്ണ് ചികഞ്ഞ് മണ്ണിരയെ തിന്നാനെത്തിയത്. കാട്ടുകോഴികളിലെ സുന്ദരനും സുന്ദരിയും കൂടി ചികഞ്ഞ് തുടങ്ങിയതും ആരോ നടന്ന് വരുന്ന ശബ്ദം. കരിയിലകൾ ഞെരിഞ്ഞമരുന്നു. അവർ അടുത്തുകണ്ട ഒരു കുറ്റിച്ചെടിയുടെ ഇലപ്പടർപ്പുകൾക്കിടയിൽ കയറിയൊളിച്ചു.

പതുങ്ങി പതുങ്ങി വന്ന കുറുക്കൻ കോഴികളെ കണ്ടില്ല. അവൻ മെല്ലെ ചതുപ്പിലേക്കിറങ്ങി നിരീക്ഷണം തുടങ്ങി. ചതുപ്പിലെ ഇലപ്പടർപ്പിൽനിന്ന് ചില പുൽച്ചാടികളേയും പാറ്റകളേയും അവനു കിട്ടി. കോഴികൾ കുറച്ച് സമയത്തിന് ശേഷമിറങ്ങി വീണ്ടും ചികയാൻ തുടങ്ങി.

കിലുക്കാംപെട്ടി മരത്തിന് താഴെ മരത്തിന്റെ പോടുകൾ ക്കിടയിൽ ഒരു കൂറ്റൻ പെരുമ്പാമ്പ് താമസമുണ്ട്. പെരുമ്പാമ്പിന്

കോഴികളോട് ജീവനാണ്. ഒരിക്കൽ പെരുമ്പാമ്പിന്റെ കുഞ്ഞിനെ ആക്രമിക്കാൻ വന്ന കുറുക്കന്മാരെ കോഴികൾ ഉച്ചത്തിൽ കൂകി വിളിച്ചോടിച്ചു. പാഞ്ഞുവന്ന പെരുമ്പാമ്പിനെക്കണ്ട് കുറുക്കന്മാർ സ്ഥലം വിട്ടു. അന്നുമുതൽ കോഴികളും പെരുമ്പാമ്പും കുടുംബവും വളരെ സ്നേഹത്തിലാണ് കഴിഞ്ഞിരുന്നത്. കോഴികൾ ചികയാൻ ഇറങ്ങിയപ്പോൾ പെരുമ്പാമ്പ് പറഞ്ഞു: "ഞങ്ങളും കുറച്ച് കഴിഞ്ഞ് അവിടേക്ക് വരുന്നുണ്ട്. ധാരാളം പെരുച്ചാഴികൾ ചതുപ്പിനരികിലെ കൈതക്കാട്ടിനുള്ളിലുണ്ട്." പെരുമ്പാമ്പിന്റെ വാക്കുകൾ കേട്ടുകൊണ്ടാണ് കോഴികളിറങ്ങിയത്.

കോഴികൾ ചികഞ്ഞ് ചികഞ്ഞ് ആസ്വദിച്ച് മണ്ണിരകളെ അകത്താക്കിത്തുടങ്ങി. ചികഞ്ഞപ്പോൾ കരിയിലകളനങ്ങുന്ന ശബ്ദം കുറുക്കന്റെ കാതുകളിലെത്തി. മെല്ലെതിരിഞ്ഞു നോക്കിയ കുറുക്കന് സന്തോഷം സഹിക്കാൻ കഴിഞ്ഞില്ല. കുറുക്കൻ അറിയാതെ നീട്ടി ഓരിയിട്ടു. കുറുക്കന്മാർക്ക് സന്തോഷം വന്നാൽ അവർ നീട്ടി ഓരിയിടാറുണ്ടത്രെ.

കോഴികൾ ഒറ്റച്ചാട്ടത്തിന് പറന്ന് കുറ്റിച്ചെടിയുടെ മുകളിലെത്തി. കുറുക്കൻ ധൃതി പിടിക്കാതെ നടന്ന് മരത്തിന് ചുവട്ടിലെത്തി. കൗശലക്കാരനായ കുറുക്കൻ ചോദിച്ചു: "എന്താണ് സുഹൃത്തുക്കളെ മുകളിൽ കയറിയിരിക്കുന്നത്. ഞാൻ ആ കുന്നിൽ മുകളിലാണ് താമസം. താഴേയ്ക്കു വരൂ; നമുക്കെന്തെങ്കിലും വിശേഷം പറഞ്ഞിരിക്കാം."

കോഴികൾ പറഞ്ഞു: "ഞങ്ങൾ മണ്ണിരയെ ചികയുകയായിരുന്നു. വേനലായതിനാൽ ആഹാരം കിട്ടാൻ വിഷമമാണ്." കുറുക്കന് സന്തോഷമായി. കുറുക്കൻ പറഞ്ഞു: "ഞാനാണിവിടെ മണ്ണിരകൃഷി നടത്തുന്നത്. എന്റെ കുന്നിൻ മുകളിൽനിന്ന് മുഴുത്ത മണ്ണിരകളെയെല്ലാം ശേഖരിച്ച് ഈ നനവുള്ള മണ്ണിൽ കൊണ്ടിട്ടതാണ്. നിങ്ങളെപ്പോലുള്ള പാവങ്ങൾക്ക് തീറ്റയാകുമല്ലോയെന്ന് കരുതി. വേഗം വന്ന് ചികഞ്ഞോളു." പൂവൻകോഴിക്ക് കുറുക്കന്റെ കൗശലം മനസ്സിലായി. അവൻ പിടക്കോഴിയെ നോക്കി കണ്ണിറുക്കി. അവൻ പറഞ്ഞു: "ഞങ്ങളുടെ കൂട്ടുകാർ ഉടനെ ഇവിടേക്ക് വരും.

ഞങ്ങൾക്ക് വയറു നിറഞ്ഞു."

കുറുക്കന് മനസ്സു നിറഞ്ഞു. എല്ലാറ്റിനേയും കൂടി ശാപ്പിട്ട് തന്റെ വയറുപൊട്ടുമെന്നോർത്തു അവന് ചിരിവന്നു.

കുറുക്കൻ ഒരു സൂത്രം പ്രയോഗിച്ചു. മറ്റുള്ള കോഴികൾ എത്തുംമുമ്പേ ഇവരെ അകത്താക്കാമെന്ന് കരുതി കോഴികൾ ഇരിക്കുന്ന കുറ്റിച്ചെടിക്ക് ചുറ്റും കറങ്ങാൻ തുടങ്ങി.

ഇതുകണ്ട് കോഴികൾ ചോദിച്ചു: ''നീയെന്താണ് ചെയ്യുന്നത്?"

"ഞാൻ കൊണ്ടുവന്ന ഒരു സാധനം ഇവിടെ വീണു. അത് നോക്കിയെടുക്കണം. നിങ്ങൾക്കും സഹായിക്കാം." അവൻ പറഞ്ഞു.

പൂവൻ പിടയോട് പറഞ്ഞു: "ഇതവന്റെ സൂത്രമാ, നമ്മളെ തല ചുറ്റിച്ച് താഴെയിടാനുള്ള സൂത്രം. നീ കണ്ണുമടച്ചിരുന്നോ."

പൂവന്റെ വാക്ക് കേട്ട് പിട കണ്ണുമടച്ചിരുന്നു. പൂവൻ ഒരു പ്രത്യേക ശബ്ദം പുറപ്പെടുവിച്ചു. കുറുക്കൻ അപ്പോഴും കുറ്റിച്ചെടികൾക്ക് വട്ടമിടാൻ തുടങ്ങി.

പെട്ടെന്ന് പെരുമ്പാമ്പിന്റെ കുടുംബം അവിടേക്ക് പാഞ്ഞു വന്നു. കുറുക്കൻ വട്ടം ചുറ്റുന്നതിനിടയിൽ പെരുമ്പാമ്പുകൾ വന്നതവനറിഞ്ഞില്ല. കുറുക്കന്റെ കഴുത്തിന് പെരുമ്പാമ്പ് പിടിത്തമിട്ടു. എന്തെങ്കിലും ചെയ്യാൻ കഴിയുംമുമ്പേ പെരുമ്പാമ്പ് കുറുക്കനെ തന്റെ ശരീരത്തോട് ചേർത്തു. കുറുക്കന്റെ വായിൽ നിന്ന് ഒരപശബ്ദം പുറത്തുവന്നു. ഒപ്പം എല്ലുകൾ ഒടിയുന്നൊ രൊച്ചയും. മരത്തിൽ വള്ളി ചുറ്റിക്കിടക്കുംപോലെ തോന്നും. പെരുമ്പാമ്പുകളെ കണ്ടതോടെ കോഴികൾ താഴേക്ക് പറന്നിറങ്ങി.

നിലത്ത് നാവ് പുറത്തേക്ക് ചാടി കണ്ണു തുറിച്ച് കിടക്കുന്ന കുറുക്കനെ ഭയം കൂടാതെ നോക്കി. എന്നിട്ട് ഉച്ചത്തിൽ കൂവി കാടുണർത്തി.

കോഴി പറഞ്ഞു: ''ഇവനാണ് ഇവിടെ മണ്ണിരകൃഷി നടത്തുന്നതെന്ന്. ഇവന്റെ പിടിയിൽനിന്ന് രക്ഷപ്പെട്ടാണ് ഞങ്ങൾ കിലുക്കാംപെട്ടി മരത്തിൽ ചേക്കേറിയത്. പഴയ കുന്നിൻമേൽ ഞങ്ങളുടെ വർഗ്ഗക്കാർ ധാരാളമുണ്ടായിരുന്നു."

പെരുമ്പാമ്പ് പറഞ്ഞു: "ഇനി ധൈര്യമായി കുന്നിൻ മുകളിലേക്ക് പൊയ്ക്കൊള്ളു. ഇവിടെ വന്ന് മണ്ണിരകൃഷിയുടെ വിളവുമെടുക്കൂ." പെരുമ്പാമ്പിന്റെ വാക്കുകൾ കോഴികളെ സന്തോഷിപ്പിച്ചു. അവർ പറഞ്ഞു. "ഞങ്ങളിനി എവിടേക്കും പോകുന്നില്ല. നമുക്കൊരുമിച്ച് കിലുക്കാംപെട്ടി മരത്തിൽ കഴിയാം."

അവർ സന്തോഷത്തോടെ കിലുക്കാംപെട്ടി മരത്തിലേക്ക് പോയി.

കുളക്കോഴിയുടെ രക്ഷകൻ

വിശാലമായ പള്ളിക്കൽ പാടത്ത് സ്വർണ്ണവർണ്ണത്തിൽ നെൽക്കതിരുകൾ തലതാഴ്ത്തി നില്ക്കുന്നു. ആ നെൽച്ചെടികൾക്കിടയിലാണ് നാണംകുണുങ്ങിയായ ഒരു കുളക്കോഴിപ്പെണ്ണും മക്കളും കൂടുണ്ടാക്കി കഴിഞ്ഞിരുന്നത്. വരമ്പിലെ കൈതക്കാട്ടിൽ അവർക്ക് കൂട്ടായി വീരൻ കീരിയും കുടുംബവും ഉണ്ടായിരുന്നു. എന്ത് സഹായത്തിനും കീരിയോടിയെത്തും. കീരിയുടെ കുസൃതികളായ രണ്ട് മക്കളും കുളക്കോഴി കുഞ്ഞുങ്ങളും നല്ല സൗഹൃദത്തിലുമാണ്. സാധാരണ കീരികൾ എന്നും കോഴികളുടെ ശത്രുക്കളാണല്ലോ. എന്നാൽ ചെറുപ്രായത്തിലേ കണ്ട് വളർന്നതിനാലാകാം ഇവർ തമ്മിൽ നല്ല സ്നേഹത്തിലാണ്.

പാടശേഖരം കൊയ്യാറായ സമയമായതിനാൽ കുളക്കോഴിയും കൂട്ടരും കീരിക്കൊപ്പം പാടത്തിന്റെ അരികിലുള്ള കുളക്കരയിലെ കൈതക്കാട്ടിലേക്ക് താമസം മാറാൻ തീരുമാനിച്ചു. കുട്ടികളെ കൂട്ടിലാക്കി അവർ കുളത്തിന്റെ പരിസരം കാണാനായി പോയി. സുരക്ഷിതമായ ഇടമാണ് വയലിന്റെ അരിക്. അവർക്ക് സുഖമായി തീറ്റ തേടാനും ഒളിക്കാനും സൗകര്യവുമുണ്ട്. കീരിയേയും കുളക്കോഴിയേയും ഓട്ടത്തിൽ തോല്പിക്കാനും ബുദ്ധിമുട്ടാണല്ലോ.

വേനല്ക്കാലവാസസ്ഥലം കണ്ട് സന്തോഷത്തോടെ അവർ മടങ്ങിയെത്തി. കീരി തന്റെ മാളത്തിൽ കയറി. കുളക്കോഴി കുഞ്ഞുങ്ങളുടെയടുത്തേക്കു പോയി. തന്റെ കൂടിനു മുന്നിലെ കാഴ്ച കുളക്കോഴിയെ വല്ലാതെ ഭയപ്പെടുത്തി. കുളത്തിനരികിലെ പൊന്തക്കാട്ടിൽ സ്ഥിരതാമസമാക്കിയ കരിമൂർഖൻ. അവൾക്ക് ശരീരമാകെ വിറച്ചു. തൂവലുകൾ പെരുപ്പിച്ചു. ദേഷ്യത്തിൽ തന്റെ തൂവലുകൾ കൊത്തിപ്പറിച്ചു.

ഇതെല്ലാം കണ്ട് കരിമൂർഖൻ, തലയുയർത്തിപ്പിടിച്ച് ഉറങ്ങുന്ന കുട്ടികൾക്ക് കുടപോലെ പത്തിനിവർത്തി നില്ക്കുകയാണ്. പ്രാണഭീതിയാൽ കുളക്കോഴി വിരണ്ടു. പെട്ടെന്ന് പഴയ സുഹൃത്തായ അണ്ണാറക്കണ്ണൻ എവിടെയോ പോകുംവഴി അവരുടെ മുന്നിലെത്തി. അണ്ണാറക്കണ്ണൻ തന്റെ വാലുയർത്തി ചിലച്ച് ദേഷ്യം പ്രകടിപ്പിച്ചു. മൂർഖൻ പത്തിയൊന്ന് താഴ്ത്തി. വീണ്ടും കുറച്ചുകൂടി ഉയർത്തി. അണ്ണാറക്കണ്ണൻ മൂർഖനോട് പറഞ്ഞു: “നിനക്കെന്താണിവിടെ കാര്യം, വേഗം സ്ഥലംവിടാൻ നോക്ക്.”

മൂർഖൻ ഒന്ന് ചീറ്റിയതും അണ്ണാറക്കണ്ണനും കുളക്കോഴിയും പിന്നോട്ട് തെറിച്ചതും ഒപ്പമായിരുന്നു. അണ്ണാറക്കണ്ണന്റെ സുഹൃത്തായ കുളക്കോഴിയുടെ മക്കളെ എങ്ങനെയും രക്ഷിക്കുക തന്നെ. അവൻ പറഞ്ഞു, “ഞാൻ നമ്മുടെ കീരിച്ചേട്ടനെ വിളിച്ചു കൊണ്ടുവരാം.” അതുപറഞ്ഞ് അവനോടി. കുളക്കോഴി നെൽച്ചെടികൾക്കിടയിൽ ചവിട്ടിയിളക്കി നടന്നു. തന്റെ പുൽക്കൂട്ടിൽ രണ്ട് കുഞ്ഞുങ്ങൾ സുഖമായുറങ്ങുന്നു. അവരുടെ തന്ത എവിടെയോ മീൻ തേടിപ്പോയതാണ്. കുട്ടികൾക്ക് മീൻവേണമെന്ന് രാവിലെ വാശിപിടിച്ച് കരഞ്ഞപ്പോൾ ഇറങ്ങിയതാണ്.

പെട്ടെന്ന് കീരി സ്ഥലത്തെത്തി. കുളക്കോഴിയോടും അണ്ണാറക്കണ്ണനോടും പറഞ്ഞു: “നിങ്ങൾ കുറച്ച് ദൂരേക്ക് മാറി നില്ക്ക്” അവർ പെട്ടെന്ന് പിറകിലേക്ക് മാറി.

കീരിയെ കണ്ടതോടെ മൂർഖനും ദേഷ്യമായി. അവൻ തലയൊന്നാട്ടി. കുട്ടികളുടെയടുത്തുനിന്ന് മെല്ലെ മുന്നോട്ട് നീങ്ങി. കീരി മെല്ലെ പിന്നോക്കം വലിഞ്ഞു. ഇതുകണ്ട് കുളക്കോഴിക്ക് സങ്കടം വന്നു. അവൾക്ക് കരച്ചിൽ വന്നെങ്കിലും ശബ്ദം പുറത്ത് വിട്ടില്ല. തന്റെ ശബ്ദം കേട്ട് കീരിയുടെ നോട്ടം

മാറിയാൽ ചിലപ്പോൾ പാമ്പ് എന്തെങ്കിലും ചെയ്താലോ എന്ന വൾ ഭയന്നു.

കുഞ്ഞുങ്ങൾക്കരികിൽനിന്ന് കീരി മൂർഖനെ കുറച്ച് ദൂരത്തേക്ക് മാറ്റി. ഈ സമയത്ത് മറ്റൊരു വശത്തുകൂടി കുളക്കോഴി വന്ന് കുട്ടികളെ ഉണർത്തി ദൂരേക്ക് മാറി നിന്നു. അണ്ണാറക്കണ്ണനും അവർക്കരികിലേക്ക് പാഞ്ഞ് ചെന്നു.

കീരി തന്റെ കാലുകളിൽ ഉയർന്നുനിന്നു. രോമങ്ങൾ ഉയർത്തി. കണ്ടാൽ ഇരട്ടി വലിപ്പമായി തോന്നും. മൂർഖന് ചുറ്റും വലം വച്ചു. ഈ സമയം മൂർഖനും കീരിയെ കൊത്താൻ ശ്രമിച്ചെങ്കിലും അവന്റെ രോമത്തിലാണ് തൊടാൻ കഴിഞ്ഞത്. കീരി ചുറ്റലിന്റെ വേഗം കൂട്ടിയതോടെ മൂർഖന് അനങ്ങാൻ കഴിയാതായി.

അണ്ണാറക്കണ്ണനും കുളക്കോഴിയും കുഞ്ഞുങ്ങളും ഈ സാഹസികരംഗം ആദ്യമായി കാണുകയാണ്. അവർ ശ്വാസം വിടാൻ തന്നെ ഭയക്കുംപോലെ തോന്നി. മൂർഖന്റെ പത്തി താഴ്ന്നു. തല നിലത്തുവീണതുപോലെ കിടന്നു. വാൽ ചെറുതായി ചലിക്കുന്നുണ്ട്.

കീരി പറഞ്ഞു: "നിനക്കിനി രക്ഷയില്ല. നിന്റെ എല്ലുകൾ മുറുക്കിക്കഴിഞ്ഞു. ഞങ്ങളുടെ വർഗ്ഗക്കാരോട് കളിക്കാൻ വരരുത്." കീരി കോഴിക്കുഞ്ഞുങ്ങളെ അടുത്തു വിളിച്ചു:

"വാ മക്കളെ ഇവന്റെ വാലിൽ രണ്ട് കൊത്തു കൊടുക്ക്." കോഴിക്കുഞ്ഞുങ്ങൾ പേടിച്ചു. കുളക്കോഴി പറഞ്ഞു: "ഞാൻ വരാം ഇവൻ എന്നെ വല്ലാതെ ഭയപ്പെടുത്തി."

കുളക്കോഴി ഇത്രയും പറഞ്ഞ് മൂർഖന്റെ ചെറുചലനമുള്ള വാലിൽ രണ്ടുമൂന്ന് കൊത്ത് കൊടുത്തു.

പെട്ടെന്ന് മൂർഖൻ വീണ്ടും പത്തി ഉയർത്തി. അണ്ണാറക്കണ്ണൻ അറിയാതെ ചിലച്ചു. കോഴിക്കുഞ്ഞുങ്ങൾ ചിതറിയോടി. പെട്ടെന്ന് കീരി ചാടി മൂർഖന്റെ കഴുത്തിന് പിടുത്തമിട്ടു. അവൻ തല കടിച്ചെടുത്തു. മൂർഖന്റെ വിഷപ്പല്ലിൽനിന്ന് വിഷത്തുള്ളി കൾ ഒലിച്ചിറങ്ങി. അണ്ണാറക്കണ്ണൻ സന്തോഷത്തിൽ വാലിളക്കി ചിലച്ചു.

അതോടെ മൂർഖന്റെ ശല്യം ഒഴിഞ്ഞു. ആ കുളക്കരയിൽ അവരെല്ലാം സ്നേഹത്തോടെ കഴിഞ്ഞു.

കാക്കക്കുഞ്ഞും മരപ്പട്ടിയും

കുന്നേൽ ഗ്രാമത്തിലെ ഒരു പടുകൂറ്റൻ തറവാട്. ആ തറവാട്ടു പറമ്പിൽ ഒരു വലിയ എണ്ണപ്പന മരവും അതിനെച്ചുറ്റിവരിഞ്ഞ് ഒരു പേരാൽ മരവും ഉണ്ടായിരുന്നു. ആ തറവാട്ടിന്റെ തട്ടിൻപുറത്ത് ഒരു മരപ്പട്ടി കുടുംബസഹിതം കഴിഞ്ഞിരുന്നു. ഇടയ്ക്കിടയ്ക്കുള്ള ഇവയുടെ കലപില ബഹളങ്ങൾ വീട്ടുകാർക്ക് ഒരു ഒഴിയാബാധയായി മാറി.

എണ്ണപ്പന മരത്തിന്റെ മണ്ടയിൽ ഒരു കാക്ക കൂടു കൂട്ടിയിരുന്നു. ആ കൂട്ടിൽ പറന്നു തുടങ്ങാറായ ഒരു കാക്ക ക്കുഞ്ഞുണ്ടായിരുന്നു. അതിന്റെ അപ്പനും അമ്മയും തീറ്റ തേടിപ്പോകുമ്പോൾ കാക്കക്കുഞ്ഞ് കൂട്ടിൽ തനിച്ചാവും. കുഞ്ഞ് കൂട്ടിലുള്ളതിനാൽ അവർ കൂടുതൽ ദൂരം പോകാറില്ല. ഗ്രാമത്തിലെ വീടുകളുടെ പിന്നാമ്പുറങ്ങളിൽ ചെന്ന് വീട്ടുകാർ വലിച്ചെറിഞ്ഞ ഭക്ഷണപദാർത്ഥങ്ങൾ ശേഖരിച്ചുകൊണ്ടുവന്ന് കുഞ്ഞിന് കൊടുക്കും. ദൂരെ നിന്ന് അവരുടെ വരവ് കാണുമ്പോഴേക്കും കുഞ്ഞ് പ്രത്യേക ശബ്ദത്തിൽ കരഞ്ഞ് വിളിക്കും.

പെട്ടെന്ന് തൊട്ടടുത്തുള്ള പുരയിടത്തിൽനിന്ന് തന്റെ വർഗ്ഗക്കാരുടെ കൂട്ടക്കരച്ചിൽ കാക്കക്കുഞ്ഞ് കേട്ടു. ശത്രുക്കളെ നേരിടുമ്പോഴുള്ള കരച്ചിലാണതെന്ന് കാക്കച്ചിയമ്മ അവൾക്ക്

പറഞ്ഞുകൊടുത്തിട്ടുണ്ട്. അവൾക്ക് പഴയൊരു സംഭവം ഓർമ്മ വന്നു.

തന്റെ കൂട്ടിൽനിന്ന് ഏറെ ദൂരെയല്ലാത്തൊരു ആഞ്ഞിലി മരത്തിൽ മറ്റൊരു കാക്ക അടയിരിക്കുകയായിരുന്നു. ആ മുട്ടകൾ തിന്നാനായി ഒരു കൂറ്റൻ ചേര ആ മരത്തിൽ കയറി. തൊട്ടടുത്ത മരത്തിലുണ്ടായിരുന്ന ആൺകാക്ക ഈ കാഴ്ച ദൂരെ നിന്നേ കണ്ടു. അതൊരു പ്രത്യേക ശബ്ദത്തിൽ കരഞ്ഞു. കരച്ചിൽ കേട്ടതും ആ പ്രദേശത്തുണ്ടായിരുന്ന സകലമാന കാക്കകളും ഉച്ചത്തിൽ കരഞ്ഞ് അവിടെയെത്തി.

ഏറെ വൈകാതെ കാക്കകളുടെ കൊത്തുകൊണ്ട് ചേര ആ വലിയ മരത്തിൽനിന്ന് താഴെ വീണു.

അന്നത്തെ കരച്ചിൽ പോലെയാണിപ്പോഴും കേൾക്കുന്നത്. കൂട്ടിലിരുന്ന കാക്കക്കുഞ്ഞ് കരച്ചിൽ കേട്ട ദിക്കിലേക്ക് തലയുയർത്തി നോക്കി. കുറച്ചകലെയുള്ള മരത്തിനു ചുറ്റും കാക്കക്കൂട്ടം പറന്ന് നടക്കുന്നത് ആ കുഞ്ഞ് കണ്ടു.

കുറച്ചുനേരം കഴിഞ്ഞപ്പോൾ താനിരിക്കുന്ന മരത്തിന്റെ ഓലയിലൂടെ ഒരു മരപ്പട്ടി പാഞ്ഞ് വരുന്നതവൻ കണ്ടു. തൊട്ടടുത്ത തറവാട്ടിൽ കിടന്ന് കലപില കൂട്ടുന്ന സംഘത്തിലുള്ളവനാണെന്ന് കാക്കക്കുഞ്ഞിന് തോന്നി. കാക്കക്കുഞ്ഞ് ഭയന്നു. കാക്കക്കുഞ്ഞിനെക്കണ്ട് പാഞ്ഞുവന്ന മരപ്പട്ടിയും ഭയന്നു. എങ്കിലും ഒന്നും മിണ്ടാതെ അവൻ എണ്ണപ്പനയുടെ പൂങ്കുലയ്ക്കിടയിൽ പതുങ്ങിയിരുന്നു. പേരാൽ മരത്തിന്റെ ഇലമൂടിക്കിടന്നതിനാൽ മറ്റു കാക്കകൾക്ക് അവനെ കാണാനും കഴിഞ്ഞില്ല.

അവിടേക്ക് പറന്നെത്തിയ കാക്കക്കൂട്ടം കാക്കക്കുഞ്ഞിനോട് മരപ്പട്ടിയെപ്പറ്റി അന്വേഷിച്ചു. കാക്കക്കുഞ്ഞ് അല്പം ആലോചിച്ചു. ഞാൻ കാരണം ഒരുവനെ ദ്രോഹിക്കുന്നതെന്തിന്. കാക്കക്കുഞ്ഞ് അടുത്ത മരത്തിലേക്ക് ചൂണ്ടിക്കാണിച്ചു. ഉടനെ കാക്കക്കൂട്ടം അവിടേക്ക് പറന്നു.

കാക്കക്കുഞ്ഞിന്റെ പ്രവൃത്തി കണ്ട് ഒളിച്ചിരുന്ന മരപ്പട്ടി തലപൊക്കി നോക്കി. അവൻ ചോദിച്ചു: "നീ എന്തിനാണ് എന്നെ രക്ഷിച്ചത്."

കാക്കക്കുഞ്ഞ് പറഞ്ഞു: "ഞാൻ ഈ ലോകം കാണാൻ

തുടങ്ങുന്നതേയുള്ളു. കള്ളം പറയുന്നത് ശരിയല്ല. ഒരു ജീവൻ രക്ഷിക്കാനാണ് ഞാൻ നോക്കിയത്." അതുകേട്ട് അഹങ്കാരിയായ മരപ്പട്ടി പറഞ്ഞു: "ഞാൻ അത്ര സത്യസന്ധനല്ല. ആ കാണുന്ന മരത്തിലെ കാക്കക്കൂട്ടിൽനിന്നും മുട്ടകൾ കുടിച്ചതിനാണ് നിന്റെ സ്വന്തക്കാർ എന്നെ അന്വേഷിക്കുന്നത്.

എന്റെ ആരോഗ്യത്തിന്റെ രഹസ്യം കാക്കമുട്ടകളാണ്. എനിക്ക് നല്ല വിശപ്പുണ്ട്. ഏതായാലും ഞാൻ നിന്നെപ്പോലെ ത്യാഗിയും, സത്യസന്ധനുമല്ല. ലോകം ഒരുപാട് കണ്ടതാണ്. എന്റെ ആരോഗ്യം നോക്കേണ്ടതുണ്ട്. ഏതായാലും എന്റെ ഇന്നത്തെ ഭക്ഷണം നീ തന്നെ. നിന്നെപ്പോലെയുള്ള സത്യസന്ധന്മാരുണ്ടാകാൻ പാടില്ല."

ഇതുകേട്ട് കാക്കക്കുഞ്ഞ് ഭയന്നു. ആകാശത്ത് പറന്ന് നടന്ന് തുടങ്ങിയിട്ടില്ല. ഈ ദുഷ്ടൻ എന്നെ തിന്നത് തന്നെ. അവന്റെ ജീവൻ രക്ഷിച്ചതിന്റെ ശിക്ഷ. കാക്കക്കുഞ്ഞ് ഒരു ഉപായം കണ്ടെത്തി. അവൻ പറഞ്ഞു. "നീ ഏതായാലും എന്നെ തിന്നാൻ തീരുമാനിച്ചു. അതിനുമുമ്പ് എന്നെ പ്രാർത്ഥിക്കാൻ അനുവദിക്കണം." മരപ്പട്ടി പ്രാർത്ഥിക്കുവാൻ അനുവദിച്ചു.

കാക്കക്കുഞ്ഞ് ഉടനെ അപകടമുന്നറിയിപ്പ് നല്കുന്ന രീതിയിൽ കരഞ്ഞു. മരപ്പട്ടി ആദ്യം പകച്ചുപോയെങ്കിലും പ്രാർത്ഥനയാകുമെന്ന് കരുതി. ചാകാൻ തയ്യാറായതല്ലേ എന്ന് കരുതി സമാധാനിച്ചു.

പെട്ടെന്ന് കാക്കക്കുഞ്ഞിന്റെ കരച്ചിൽ കേട്ട കാക്കക്കൂട്ടം അവിടേക്ക് പറന്നെത്തി. മരപ്പട്ടിക്ക് ഒളിക്കാൻ കഴിയുംമുമ്പ് അവർ അവനെ കൊത്തിപ്പറിച്ച് ജീവനോടെ തിന്നു തുടങ്ങി. ആരും അവനെ സഹായിക്കാനെത്തിയില്ല. ആ തറവാട്ട് പരിസരത്തെ അഹങ്കാരിയായ മരപ്പട്ടിയുടെ ജീവിതം അവിടെത്തീർന്നു.

വരാൽ മത്സ്യവും, അണ്ണാറക്കണ്ണനും

ചെറിയഴിക്കൽ പാലത്തിനരികെ പടർന്നു പന്തലിച്ച് നില്ക്കുന്ന കൂറ്റൻ പാലമരത്തിൽ ഒരു അണ്ണാറക്കണ്ണനും കുടുംബവും താമസിച്ചിരുന്നു. അണ്ണാറക്കണ്ണന്റെ കുസൃതികളായ രണ്ടു മക്കൾ ആ പാലമരത്തിന്റെ ചില്ലകൾതോറും ഓടിക്കളിച്ചു നടന്നു. അണ്ണാറക്കണ്ണൻ ദൂരെയുള്ള മരങ്ങളിലൊക്കെ പോയി പലതരത്തിലുള്ള ഫലങ്ങൾ കടിച്ചെടുത്ത് കൊണ്ടുവന്ന് ഈ കുഞ്ഞുങ്ങൾക്ക് കൊടുക്കും. എന്നിട്ട് ദൂരെ മാറിയിരുന്ന് ഭാര്യയോടൊത്ത് കുട്ടികളുടെ തീറ്റ കണ്ട് രസിക്കും. കുഞ്ഞു പല്ലുകൾകൊണ്ട് കാർന്ന് തിന്നുന്നത് കാണേണ്ട കാഴ്ച തന്നെ. ഇടയ്ക്ക് അവർ തമ്മിൽ പിണങ്ങി അടിപിടി കൂടുമ്പോൾ ഈ പഴങ്ങൾ പിടിവിട്ട് താഴെ വീഴും. അണ്ണാറക്കണ്ണന്റെ ഭാര്യ മെല്ലെ താഴെ ഇറങ്ങിച്ചെന്ന് അത് എടുത്ത് തിരികെ കൊണ്ട് വന്നു കൊടുക്കും.

ഈ പാലമരത്തിന് തൊട്ടു താഴെയുള്ള കായലിനരികെ അണ്ണാറക്കണ്ണന്റെ കൂട്ടുകാരനായ വരാൽ മത്സ്യം ഇടയ്ക്കിടെ വന്നെത്തും. അണ്ണാറക്കണ്ണനോട് വഴിയിൽക്കണ്ട കാര്യങ്ങൾ പറഞ്ഞു രസിക്കും.

അങ്ങനെയിരിക്കെ അണ്ണാറക്കണ്ണൻ താമസിക്കുന്ന പാലമരത്തിൽ ഒരു കാക്ക കൂട് കൂട്ടാൻ എത്തി. അണ്ണാറക്കണ്ണൻ തന്റെ

വാലുകൾ വിറപ്പിച്ച് ഉച്ചത്തിൽ ശബ്ദമുണ്ടാക്കി കാക്കയെ ഓടിക്കാൻ നോക്കി. കാക്ക ആദ്യമൊന്ന് ഭയന്നെങ്കിലും അവന്റെ കുഞ്ഞുങ്ങളെ കൊത്തിതിന്നുമെന്ന് പറഞ്ഞ് വിരട്ടി. ഇതുകേട്ട് ഭയന്ന കുഞ്ഞുങ്ങൾ അണ്ണാറക്കണ്ണന്റെ പിന്നിലൊളിച്ചു.

അണ്ണാറക്കണ്ണൻ പറഞ്ഞു: "നിനക്ക് കൂട് കൂട്ടാൻ എത്രയോ വലിയ വൃക്ഷങ്ങൾ ഉണ്ട്. ഞങ്ങളിവിടെ സ്വസ്ഥമായി കഴിഞ്ഞോട്ടെ. ദയവ് ചെയ്ത് ഞങ്ങളെ ഉപ്രദവിക്കരുത്."

അണ്ണാറക്കണ്ണന്റെ വാക്കുകൾ കാക്ക ശ്രദ്ധിച്ചതേയില്ല. അവൻ എവിടെ നിന്നോ ചുള്ളിക്കമ്പുകൾ കൊത്തിക്കൊണ്ട് വന്ന് പാലയുടെ ഒരു ചില്ലയിൽ കൂട് കൂട്ടാൻ തുടങ്ങി. അണ്ണാറക്കണ്ണൻ ആവുന്നത്ര ഉച്ചത്തിൽ ശബ്ദമുണ്ടാക്കിക്കൊണ്ട് മരച്ചില്ലയിൽ അങ്ങുമിങ്ങും പാഞ്ഞുനടന്നു. നിസ്സഹായനായ ആ ജീവിയുടെ നീക്കങ്ങൾ കായലിൽനിന്ന് മത്സ്യം ശ്രദ്ധിക്കുന്നുണ്ടായിരുന്നു. തനിക്ക് എങ്ങനെ ഈ ചങ്ങാതിയെ സഹായിക്കാൻ കഴിയുമെന്ന് വരാൽ ആലോചിച്ചു.

അണ്ണാറക്കണ്ണന്റെ ബഹളം സഹിക്കാൻ വയ്യാതായപ്പോൾ കാക്ക അണ്ണാറക്കണ്ണന്റെ മക്കളെ കൊത്തിയെടുക്കാനായി പാഞ്ഞടുത്തു. അണ്ണാറക്കണ്ണൻ ചിൽ.... ചിൽ.... ശബ്ദത്തോടെ വാലുയർത്തി കാക്കയെ വിരട്ടിക്കൊണ്ടിരുന്നു.

കാക്ക പറഞ്ഞു: "ഇന്ന് ഞാൻ പോകുന്നു. നാളെയും ഞാൻ വരും. നീയും കുടുംബവും ഇവിടെനിന്ന് ഒഴിഞ്ഞുപോയില്ലെങ്കിൽ ഞങ്ങൾ കൂട്ടമായി വന്ന് നിന്നെ ആക്രമിക്കും."

ഇത്രയും പറഞ്ഞ് കാക്ക താഴേക്ക് പറന്ന് കായലരികത്ത് ചെന്നിരുന്നു. കായലിൽനിന്ന് അല്പം വെള്ളം കുടിച്ചു. ഈ സമയത്ത് വെള്ളത്തിൽ കിടക്കുന്ന വരാൽ മത്സ്യം കാക്കയുടെ കണ്ണിൽപ്പെട്ടു. വരാൽ മത്സ്യം അല്പം മുന്നോട്ട് നീങ്ങി. ഇത് കണ്ട് കാക്കയും പിന്നാലെ ചെന്നു. വരാൽ മത്സ്യം ജലനിരപ്പിലേക്ക് ഉയർന്നതും കാക്ക അതിനെ കൊത്താനായി ഒന്ന് ആഞ്ഞു. എന്നാൽ 'ബ്ലും' എന്ന ശബ്ദത്തോടെ വരാൽ മത്സ്യം വെള്ളത്തിലേക്ക് ഊളിയിട്ടു. ഭയന്നുപോയ കാക്ക ദൂരേക്ക് പറന്നകന്നു.

കാക്കയുടെ അക്രമം കണ്ട് മരക്കൊമ്പിലിരുന്ന അണ്ണാറ

ക്കണ്ണന് വല്ലാത്ത വിഷമമുണ്ടായി. അവൻ ഇങ്ങനെ ദുഃഖിച്ചിരിക്കുന്നത് കണ്ട് ഭാര്യയും, കുഞ്ഞുങ്ങളും അടുത്തു വന്നു. കുഞ്ഞുങ്ങളെക്കുറിച്ച് ഓർത്ത് അവന്റെ സങ്കടം വർദ്ധിച്ചു.

ഈ സമയത്ത് വരാൽ മത്സ്യം വീണ്ടും ഉയർന്നുവന്നു. അണ്ണാറക്കണ്ണൻ വേഗം താഴെയിറങ്ങി. കായലിലേക്ക് ചാഞ്ഞു നില്ക്കുന്ന തെങ്ങിൽ കയറിയിരുന്ന് വരാൽ മത്സ്യത്തോടു തനിക്കുണ്ടായ അനുഭവങ്ങൾ പറഞ്ഞു. വരാൽ മത്സ്യവും കാക്ക തന്നെ ആക്രമിക്കാനായി വന്നതിനെപ്പറ്റി പറഞ്ഞു. “കാക്കയെ ഒരു പാഠം പഠിപ്പിക്കണം. അല്ലെങ്കിൽ നമുക്ക് അവനെയും, അവന്റെ വർഗ്ഗത്തെയുംകൊണ്ട് ജീവിക്കാൻ കഴിയില്ല.” വരാൽ മത്സ്യത്തിന്റെ വാക്കുകൾ അണ്ണാറക്കണ്ണൻ ശരിവച്ചു. വരാൽ പറഞ്ഞു: “എന്റെ മനസ്സിൽ ഒരു ഉപായം തോന്നുന്നു. നാളെ അവൻ വരുമ്പോൾ ഞാൻ ചത്തതുപോലെ ജലപ്പരപ്പിൽ കിടക്കാം. നീ കാക്കയോടു പറയണം ആ വരാൽ മത്സ്യം ജലപ്പരപ്പിൽ ചത്തു പൊങ്ങിയെന്ന്. ബാക്കിയൊക്കെ ഞാൻ സമയംപോലെ ചെയ്തുകൊള്ളാം.” ഇത് പറഞ്ഞ് വരാൽ മത്സ്യം വെള്ളത്തിനടിയിലേക്ക് പോയി, അണ്ണാറക്കണ്ണൻ പാലമരത്തിലേക്കും.

പിറ്റേദിവസം കാക്കയെത്തി. കൂടുണ്ടാക്കാൻ തുടങ്ങി. ഇത്തവണ അണ്ണാറക്കണ്ണൻ ഒച്ച ഉണ്ടാക്കിയില്ല, അവൻ കായലിലേക്ക് കണ്ണുംനട്ട് ഇരിക്കുകയാണ്. വരാൽ മത്സ്യം ചത്തതുപോലെ അവിടെ കിടപ്പുണ്ട്. അണ്ണാറക്കണ്ണൻ ചെറുതായി ശബ്ദമുണ്ടാക്കി കാക്കയുടെ ശ്രദ്ധ തിരിച്ചു. കാക്ക ഗൗരവഭാവത്തിൽ നോക്കി.

അണ്ണാറക്കണ്ണൻ പറഞ്ഞു: “കായലിൽ ഒരു മത്സ്യം ചത്ത് പൊന്തിക്കിടക്കുന്നു. നീ കൂട് ഉണ്ടാക്കി ക്ഷീണിച്ചതല്ലേ വേണമെങ്കിൽ ആ മത്സ്യത്തെ കൊത്തിത്തിന്നോളു.” അണ്ണാറക്കണ്ണന്റെ ഈ വാക്കുകൾ കാക്കയെ അതിശയിപ്പിച്ചു.

ഇവനിന്ന് എന്താണിത്ര സ്നേഹം. എങ്കിലും മത്സ്യത്തെക്കുറിച്ച് ഓർത്തപ്പോൾ കാക്കയുടെ നാവിൽ വെള്ളമൂറി. അവൻ താഴേക്ക് പറന്നിറങ്ങി.

കാക്കയുടെ വരവ് കണ്ട് വരാൽ മത്സ്യം നിശ്ചലം കിടന്നു.

വരാൽ മത്സ്യത്തെ കണ്ട് ആർത്തിപൂണ്ട കാക്ക വെള്ളത്തിലേക്കിറങ്ങി അവനെ കൊത്തി വലിച്ചെടുക്കാൻ നോക്കി. പെട്ടെന്ന് വരാൽ മത്സ്യം തന്റെ വലിയ വായ പിളർന്ന് കാക്കയുടെ കാലിൽ കടിച്ച് വലിച്ച് ആഴങ്ങളിലേക്ക് പോയി. ചിറകിട്ടടിച്ചു തളർന്ന കാക്ക വെള്ളം കുടിച്ച് ചത്തു. കാക്കയുടെ പിടച്ചിൽ നിന്നപ്പോൾ വരാൽ മത്സ്യം കാക്കയെ വിട്ട് മുകളിലേക്ക് ഉയർന്നുവന്നു. അണ്ണാറക്കണ്ണൻ ഈ സമയം വരാൽ മത്സ്യത്തെ കണ്ട് നന്ദി പറയാനായി തീരത്ത് എത്തി. ആ സുഹൃത്തുക്കൾ കാക്കയുടെ അന്ത്യമോർത്ത് സന്തോഷിച്ചു.

കിലുക്കാംപെട്ടി മരത്തിന്റെ ഇലകൾ

മുക്കുന്നി മലയുടെ മുകളിൽ ഒരു കൂറ്റൻ കിലുക്കാംപെട്ടി മരമുണ്ട്. വിശാലമായ പ്രദേശത്തേക്ക് അതിന്റെ ശാഖകൾ പടർന്ന് പന്തലിച്ചിരുന്നു. ആ മരത്തെ ആശ്രയിച്ച് ധാരാളം കിളികൾ കഴിഞ്ഞിരുന്നു. എന്നാൽ ഇപ്പോഴതിൽ രണ്ടു കാട്ടുകോഴികൾ മാത്രമാണ് താമസം. മരത്തിന്റെ പല ശാഖകളിലും കൂടുകെട്ടിപ്പാർത്തിരുന്ന കിളികൾ ഉപേക്ഷിച്ചുപോയ കുടിലിന്റെ അവശിഷ്ടങ്ങളുണ്ട്.

കിലുക്കാംപെട്ടി മരത്തിലെ പൂക്കൾ അതിമനോഹരങ്ങളാണ്. നിറയെ ചുവന്ന പൂങ്കുലകൾ വിടർന്ന് കിടക്കുന്നത് കണ്ടാൽ ആരും കണ്ണെടുക്കാതെ നോക്കി നില്ക്കും. അത്രയ്ക്ക് മനോഹരം. കിലുക്കാംപെട്ടി മരത്തിലിപ്പോൾ വാളുകൾപോലെ തൂങ്ങിക്കിടക്കുന്ന കായകളുണ്ട്. അവ ഉണങ്ങിക്കഴിഞ്ഞാൽ കിലുക്കാംപെട്ടിപോലെ കിലുങ്ങും. അങ്ങനെയാണ് മരത്തെ കാട്ടിലെ കിളികളെല്ലാംകൂടി കിലുക്കാംപെട്ടി മരമെന്ന് വിളിച്ചത്. കിലുക്കാംപെട്ടി മരത്തിലെ ഇടതൂർന്ന ഇലകൾ കാരണം സൂര്യപ്രകാശം അതിന്റെ ചുവട്ടിൽ എത്തില്ലായിരുന്നു.

ആ പ്രദേശങ്ങളിൽ ഒരു കറുത്ത കാട്ടുപൂച്ച നടന്നിരുന്നു. അവന്റെ നിഴൽ കണ്ടാൽ കോഴികൾ പറപറക്കും. കാട്ടുകോഴികളെ പല പ്രാവശ്യം അവൻ പിടിക്കാനോടിച്ചിട്ടുണ്ട്. ഈ മരത്തിന്റെ ഇലകൾക്കിടയിലൊളിച്ചാണ് അവ രക്ഷപ്പെട്ടിരുന്നത്.

മഴക്കാലം കഴിഞ്ഞതോടെ കുന്നിൽനിന്നും ജലാംശം നഷ്ടപ്പെട്ടു തുടങ്ങി. കിലുക്കാംപെട്ടി നിറയെ പൂക്കൾ വിടർന്നു തുടങ്ങി. ധാരാളം കുരുവികളും പൂമ്പാറ്റകളും തേൻ കുടിക്കാനെത്തി.

കോഴികൾക്ക് അവയുടെ വരവത്ര ഇഷ്ടപ്പെട്ടില്ല. അവരുടെ പൊത്തിനടുത്തുള്ള ചില്ലകളിലെ പൂക്കളിലെത്തുന്ന പൂമ്പാറ്റകളെ അവ കൊത്തിവിഴുങ്ങി. അതുകൊണ്ട് പൂക്കാലത്ത് കോഴിക്ക് ഭക്ഷണം തേടി പുറത്ത് പോകേണ്ടി വന്നില്ല.

എന്നാൽ മരത്തിന് ഇവയുടെ രീതി ഇഷ്ടമായില്ല. മരം അവയോട് പറഞ്ഞു: "എന്റെ പൂക്കളിലെ തേൻ കുടിക്കാനെത്തുന്ന പൂമ്പാറ്റകളെ നിങ്ങൾ കൊത്തിത്തിന്നുന്നത് ശരിയല്ല. നിങ്ങളെന്റെ മരപ്പൊത്തിൽ എന്റെ ഇലകളുടെ മറവിലല്ലേ കഴിയുന്നത്?"

മരത്തിന്റെ വാക്കുകൾ കോഴികൾ പുച്ഛിച്ചുതള്ളി. പൂവൻകോഴി പറഞ്ഞു: "നിനക്കനങ്ങാൻ പറ്റില്ല. പക്ഷേ, ഞങ്ങൾ ഈ മരത്തിൽ കഴിയുന്നത് കൊണ്ടല്ലേ നീ ഭയമില്ലാതെ കഴിയുന്നത്." കോഴിയുടെ വാക്കുകൾ മരത്തെ ദേഷ്യം പിടിപ്പിച്ചു. മരം പറഞ്ഞു: "കാട്ടുപൂച്ചയിൽനിന്ന് നിന്നെയൊക്കെ ഒളിപ്പിച്ച് നിർത്തുന്ന എന്നോടുതന്നെയിത് പറയണം. വരട്ടെ എല്ലാവർക്കും ഒരു ദിവസമുണ്ടല്ലോ."

കോഴികൾ ഇതുകേട്ട് മുറുമുറുത്തെങ്കിലും മരം മറുപടി പറഞ്ഞില്ല. എങ്കിലും മരത്തിന് വല്ലാത്ത ദുഃഖം തോന്നി. തന്റെ പൂക്കളിലെ തേൻ കുടിച്ച് പൂമ്പൊടികൾ മറ്റ് പൂക്കളിലെത്തിച്ചു തരുന്ന പൂമ്പാറ്റകളെ ഈ കാട്ടുകോഴികൾ കൊത്തിത്തിന്നു തീർത്താൽ എന്റെ വംശവർദ്ധനയെങ്ങനെ നടക്കും? അഹങ്കാരികളായ ഇവരെ നേരിടാൻ എന്താണൊരു വഴി? നടക്കാനാവാതെ ഞാനെന്ത് ചെയ്യും? മരം മനസ്സിലെന്തോ തീരുമാനിച്ചുറച്ചു.

മരത്തിലെ പൂക്കളെല്ലാം കൊഴിഞ്ഞു. ഇത്തവണ കായകൾ കുറവാണ്. കാറ്റടിക്കുമ്പോൾ കായകൾ മരച്ചില്ലകളിൽ തട്ടി കിലുങ്ങും. ആ സുന്ദര ശബ്ദം കേൾക്കുമ്പോൾ മരത്തിന് നാണം വരും. രാത്രിയിൽ കാറ്റടിച്ച് കായകൾ കിലുങ്ങുമ്പോൾ കോഴികൾക്ക് പേടിയാവും. കോഴികൾ അതുകേട്ട് പിറുപിറുക്കും.

വേനൽ ശക്തമായി. കോഴികൾ നേരം പുലർന്നാലുടൻ തീറ്റതേടി പുറത്തുപോകും. പിന്നീട് സൂര്യൻ കുന്നിന്റെ ചരിവിലെത്തുമ്പോഴേ അവർ മടങ്ങി വരൂ. കടുത്ത ചൂടിൽ മരം തളർന്നു. അവയുടെ വേരുകൾ ഒരു തുള്ളി വെള്ളത്തിനായി കൊതിച്ചു. വേരിന്റെ തുമ്പുകൾ ഉണങ്ങിത്തുടങ്ങി. വേനലിത്രയും കടുത്തിട്ടില്ലെന്ന് മരമോർത്തു.

ഇനിയും വെള്ളം കുടിച്ചില്ലെങ്കിൽ എന്റെ ഇലകളെല്ലാം കൊഴിഞ്ഞതു തന്നെ– വൃക്ഷമോർത്തു. എവിടെനിന്ന് ഒരു തുള്ളി വെള്ളം കിട്ടാൻ. അരുവി വളരെ ദൂരെയാണ്. എന്റെ വേരുകൾ അവിടെവരെ എത്തിയിട്ടില്ല. തൊട്ടടുത്ത നീർച്ചോലക്കരികിൽ വരെ വേരുകളുണ്ട്. ആദ്യമായാണ് ആ നീർച്ചോലയും വരളുന്നത്.

വൃക്ഷത്തിന്റെ മനസ്സിൽ ഒരു ഉപായമെത്തി. കാട്ടുകോഴികളോട് പറയാം. അവ വർഷങ്ങളായി എന്റെ പൊത്തിൽ കഴിയുകയല്ലേ. കുറച്ച് വെള്ളം കൊണ്ടുവന്നു തരട്ടെ–– മരത്തിന്റെ ചിന്തകൾ നീണ്ടു.

കോഴികൾ ചേക്കേറിയ ഉടൻ മരം പറഞ്ഞു: "എനിക്ക് ദാഹിച്ചിട്ടു വയ്യ. നിങ്ങളെവിടെ നിന്നെങ്കിലും കുറച്ച് വെള്ളം കൊണ്ടുവന്ന് തരണം." ഇതുകേട്ട് കോഴികൾ പൊട്ടിച്ചിരിച്ചുകൊണ്ട് അവയുടെ തൂവൽ മിനുക്കി. പൂവൻകോഴി അഹങ്കാരത്തോടെ പറഞ്ഞു: "ഞങ്ങൾക്ക് രാവിലെ തന്നെ തീറ്റ തേടാൻ പോകണം. വൈകിയാൽ മറ്റു കോഴികളും കാക്കകളും അവയെല്ലാം കൊണ്ടുപോകും."

മരത്തിന് സങ്കടം വന്നു. മരം പറഞ്ഞു: "വെള്ളം ഒരു തുള്ളിയെങ്കിലും കിട്ടിയില്ലെങ്കിൽ എനിക്ക് ഇല പൊഴിക്കേണ്ടി വരും." ഇതുകേട്ട കോഴി പറഞ്ഞു: "നീ ഇലപൊഴിച്ചാൽ അതിലെന്റെ പ്രിയസഖി മുട്ടയിട്ട് അടയിരിക്കും. ഇലയില്ലാത്ത നിന്നെക്കാണാൻ നല്ല രസവുമായിരിക്കും."

മരം നിസ്സഹായനായി. പിന്നെയൊന്നും പറഞ്ഞില്ല. ഇനി ഇല പൊഴിക്കുകയേ മാർഗ്ഗമുള്ളൂ. ഇല്ലെങ്കിൽ ഉണങ്ങി മരിക്കേണ്ടി വരും. ഇല പൊഴിക്കുന്നതോർത്ത് മരത്തിന് വിഷമം തോന്നി.

കോഴികൾ രാവിലെ തന്നെ തീറ്റതേടിപ്പോയി. വൈകിട്ട് തിരികെയെത്തിയ കോഴികൾ മരത്തെ കണ്ട് ഞെട്ടിപ്പോയി. തലമുണ്ഡനം ചെയ്ത സുന്ദരിയെപ്പോലെ ഇലകൾ കൊഴിച്ച മരം. കോഴികളെ ഒരു തരം ഭയം ബാധിച്ചു. അത് പുറത്ത് കാണിക്കാതെ അവ വൃക്ഷത്തെ ചോദ്യം ചെയ്തു:

"നീയെന്ത് പണിയാണ് കാണിച്ചത്? ഞങ്ങളിനി എവിടെ ഒളിച്ചിരിക്കും?"

വിളറിയ ചിരിയോടെ വൃക്ഷം പറഞ്ഞു: "ഒരു തുള്ളി വെള്ളം എനിക്ക് തന്നിരുന്നുവെങ്കിൽ ഞാൻ ഇല പൊഴിക്കേണ്ടി വരില്ലായിരുന്നു. നിങ്ങൾക്ക് നിങ്ങളുടെ കാര്യം മാത്രം. എന്റെ ജീവൻ നിലനിർത്തേണ്ടത് എന്റെ ആവശ്യമല്ലേ."

കോഴികൾ വൃക്ഷച്ചുവട്ടിൽ അന്തംവിട്ടു നില്ക്കെ കരിയിലക്കൂമ്പാരത്തിനുള്ളിൽ ഒളിച്ചിരുന്ന കാട്ടുപൂച്ച ചാടിവീണ് പൂവൻകോഴിയുടെ കഴുത്തിന് പിടിച്ച് മുക്കുന്നി മലയിലേക്കോടി. ഭയന്ന പിടക്കോഴി ഇലകൊഴിച്ച മരത്തിന്റെ പൊത്തിനുള്ളിൽ കയറി ഒളിച്ചു. ഇത് കണ്ട് മരത്തിന് വിഷമമായി. പേടിച്ചരണ്ട പിടക്കോഴിയെ ആശ്വസിപ്പിച്ചു പറഞ്ഞു: "പരസ്പരസഹായമാണ് സ്നേഹിതരെ നിലനിർത്തുന്നത്."

ഇത് കേട്ട് ലജ്ജാവതിയായ പിടക്കോഴി തന്റെ പൂവനെയോർത്ത് തേങ്ങി.

തൊപ്പിക്കിളിക്ക് പറ്റിയ അമളി

ദേശാടനത്തിനിറങ്ങിയ തൊപ്പിക്കിളി നാട്ടിലെ ഒരു വലിയ കോഴി വളർത്തൽ കേന്ദ്രത്തിലെത്തി. കൂട്ടിനുള്ളിൽ സ്വാതന്ത്ര്യം നഷ്ടപ്പെട്ട് കഴിയുന്ന അവരെക്കണ്ട് തൊപ്പിക്കിളി പരിഹസിച്ചു ചിരിച്ചു. അവൻ കൂട്ടിന് ചുറ്റും പറന്ന് നടന്നു. കൂട്ടിന് പുറത്തേക്ക് ചികഞ്ഞെറിഞ്ഞ തീറ്റക്കഷണങ്ങൾ കൊത്തിയെടുത്തു. രുചികരമായ തീറ്റയിൽ തൊപ്പിക്കിളി ആകർഷിക്കപ്പെട്ടു.

തൊപ്പിക്കിളിയുടെ പ്രകടനങ്ങളും ശബ്ദവും കൂട്ടിലെ തലയെടുപ്പുള്ള പൂവൻകോഴിക്ക് ഇഷ്ടപ്പെട്ടില്ല. അവൻ ഗൗരവത്തിൽ തല ഉയർത്തിനിന്ന് ഉച്ചത്തിൽ കൂവി. അവന്റെ കൂവൽ കേട്ട് പിടക്കോഴികൾ തീറ്റ മതിയാക്കി തല ഉയർത്തി നോക്കി. തൊപ്പിക്കിളി പൂവന്റെ ശബ്ദം കേട്ട് ഉച്ചത്തിൽ ചിലച്ചു.

തന്നെ ധിക്കരിച്ചതാണെന്ന് കരുതി പൂവൻ കൂടിന്റെ വാതിലിന് മുകളിൽ കയറി നിന്ന് വീണ്ടും തല ഉയർത്തി കൂവി. അത് കേട്ട് കൂട്ടിലെ മറ്റു പൂവന്മാരും ഉച്ചത്തിൽ കൂവി.

തൊപ്പിക്കിളിക്ക് ചെറിയ പേടി തോന്നിയെങ്കിലും അത് പുറത്ത് കാണിക്കാതെ കമ്പിക്കൂടിന്റെ മുകളിൽ കയറിയിരുന്ന് ഉച്ചത്തിൽ ശബ്ദമുണ്ടാക്കുകയും കൂടിനുചുറ്റും രണ്ട് മൂന്ന് തവണ ചുറ്റിപ്പറക്കുകയും ചെയ്തു. പിന്നീടവൻ കൂടുതൽ നേരം അവിടെ നില്ക്കാതെ കവുങ്ങിന്റെ ഓലകൾക്കിടയിൽ കയറി ഒളിച്ചിരുന്ന് വിശ്രമിച്ചു.

പിറ്റേ ദിവസവും നേരം പുലർന്നതോടെ തൊപ്പിക്കിളി കൂട്ടിന് മുന്നിലെത്തി. അന്ന് കൂടിന് പുറത്ത് കുറച്ചധികം തീറ്റ വീണ് കിടപ്പുണ്ടായിരുന്നു. കോഴികളുടെ ഉടമസ്ഥൻ തീറ്റ കൊടുക്കാൻ കൊണ്ടുവന്ന തീറ്റപ്പാത്രം കൈയിൽനിന്ന് താഴെ വീണതുകൊണ്ടാണ് അത്രയധികം തീറ്റ അവിടെ വീണു കിടന്നത്. തൊപ്പിക്കിളിക്ക് സന്തോഷമായി. അവൾ ഉച്ചത്തിൽ ശബ്ദമുണ്ടാക്കുകയും തീറ്റ കൊത്തിയെടുക്കുകയും ചെയ്തു.

കൂട്ടിലെ പൂവൻ പല തവണ കൂട്ടിനുള്ളിലങ്ങുമിങ്ങും നടന്നു. പക്ഷേ, തൊപ്പിക്കിളി അവനെ ശ്രദ്ധിച്ചതേയില്ല. പൂവൻ തന്റെ വലിയ ചിറകുകൾ വീശി തല ഉയർത്തി ഉച്ചത്തിൽ കൂകി. കൂട്ടിലെ മറ്റു പൂവന്മാരും അതേറ്റു പാടുംപോലെ പല ഈണത്തിൽ കൂകി. ഒരുമിച്ചുള്ള കൂകൽ കേട്ട് തൊപ്പിക്കിളിയുടെ തീറ്റയിലെ ശ്രദ്ധ കുറഞ്ഞു.

അവൻ ചെറിയ ശബ്ദമുണ്ടാക്കി. പക്ഷേ, പൂവന്മാരുടെ ശബ്ദത്തിന് മുന്നിൽ അവന്റെ ശബ്ദം മുങ്ങിപ്പോയി. എങ്കിലും അവൻ തീറ്റ മതിയാക്കിയില്ല. വളരെ നാളുകൾക്ക് ശേഷമാണ് രാവിലെ ഇത്രയധികം തീറ്റ കിട്ടുന്നത്.

പെട്ടെന്നാണ് കൂട്ടിൽനിന്ന് ഒരു അണ്ണാറക്കണ്ണന്റെ ശബ്ദമുയർന്നത്. കോഴികളുടെ ഇടയിൽ സുഖമായിരുന്ന് അണ്ണാറക്കണ്ണൻ തീറ്റ തിന്നുകയാണ്. തൊപ്പിക്കിളി തീറ്റ നിർത്തി അവന്റെ തീറ്റ അല്പനേരം നോക്കിയിരുന്നു. അവൻ ഓർത്തു:

'ഇവൻ എങ്ങനെ ഇതിനകത്ത് കയറി?'

അവൻ കുറച്ച് നേരം അണ്ണാറക്കണ്ണനെ നിരീക്ഷിച്ചു.

'എങ്ങനെയാകും ഇവൻ അകത്ത് കയറിയത്?'

തൊപ്പിക്കിളി ശബ്ദമുണ്ടാക്കിക്കൊണ്ട് കൂടിനുചുറ്റും രണ്ട് തവണ ചുറ്റി. തൊപ്പിക്കിളിയുടെ വേറിട്ട ശബ്ദം കേട്ട് അണ്ണാറക്കണ്ണൻ പേടിച്ച് കൂടിന് പുറത്തിറങ്ങി. കൂടിന്റെ തുരുമ്പിച്ച് പൊടിഞ്ഞ ഭാഗത്തുകൂടി അവൻ പുറത്ത് ചാടുന്നത് തൊപ്പിക്കിളി കണ്ടു.

തീറ്റ മതിയാക്കി തൊപ്പിക്കിളി വീണ്ടും കവുങ്ങോലകൾക്കുള്ളിലൊളിച്ചു. ഉച്ചവരെ സുഖമായി വിശ്രമിച്ചശേഷം അവൻ വീണ്ടും പഴയ സ്ഥലത്ത് വന്ന് തീറ്റ തുടങ്ങി. ഇത്തവണ

കോഴികൾ ശക്തമായി പ്രതികരിച്ചെങ്കിലും അവൻ ആരെയും ഭയക്കാതെ വയറ് നിറച്ചു കഴിച്ചു. കുറച്ചുനേരം വെള്ളം തേടി അവൻ ഉയർന്നു പറന്നു. തൊട്ടടുത്തുള്ള പൈപ്പിൻ ചുവട്ടിൽ കെട്ടി നിന്ന വെള്ളം മതിയാവോളം കുടിച്ചു. വീണ്ടും വിശ്രമത്തിനായി കവുങ്ങോലകൾക്കുള്ളിലൊളിച്ചു.

പിറ്റേ ദിവസം തീറ്റ തേടി അവനെത്തിയപ്പോൾ അവശേഷിച്ച തീറ്റ മുഴുവൻ ഉറുമ്പുകൾ കടത്തിക്കൊണ്ട് പോയിരുന്നു. രാത്രി മുഴുവൻ ഉറുമ്പുകൾ തീറ്റ കടത്തിയ വഴിത്താരകൾ അവൻ കണ്ടു. തീറ്റയുടെ രുചിയോർത്ത് ഉറുമ്പുകളോട് അവന് ദേഷ്യം തോന്നി. എന്തു ചെയ്യാൻ! അവ മുഴുവൻ മണ്ണിനടിയിലായില്ലേ. അവൻ ദേഷ്യം മുഴുവൻ ഉച്ചത്തിൽ ശബ്ദമുണ്ടാക്കി തീർത്തു.

വിശപ്പ് ശക്തമായി. കോഴികൾ അവന്റെ ശബ്ദം കേട്ട് കൂകൽ തുടങ്ങി. തലേദിവസം അണ്ണാറക്കണ്ണൻ കൂട്ടിൽ കടന്ന വഴിയിലൂടെ കടക്കുവാൻ അവൻ തീരുമാനിച്ചു. പല തവണ ആ ഭാഗത്ത് ചെന്നിരുന്നെങ്കിലും അറിയാതെ തന്റെ ശബ്ദം പുറത്തുവരുന്നതിനാൽ കോഴികളെല്ലാവരും തല ഉയർത്തി അവനെ നോക്കി നില്ക്കുകയാണ്. ഇത്തവണ പൂവൻകോഴികൾ നിശ്ശബ്ദരായതുകണ്ട് അവന് കൂടുതൽ ഭയം തോന്നി. കമ്പികൾ പൊടിഞ്ഞ ഭാഗത്തുകൂടി അവൻ തല അകത്തേക്കിട്ടു. വിശാലമായ കൂടാണ്. പറന്ന് നടക്കാൻ ഇടമുണ്ട്.

പക്ഷേ, കോഴികളുടെ രീതികൾ പരിചയമില്ലാത്ത തൊപ്പിക്കിളി വിശപ്പ് സഹിച്ച് കവുങ്ങോലകൾക്കുള്ളിൽ കയറി വിശ്രമിച്ചു.

ഉച്ചയോടെ വിശപ്പ് ശക്തമായി. അവൻ വീണ്ടും കൂട്ടിനരികിലെത്തി. ശബ്ദമുണ്ടാക്കാതെ കമ്പികൾ പൊടിഞ്ഞ് മാറിയ ഭാഗത്ത് ചെന്നു പറ്റി. തല അകത്തേക്കിട്ട് നോക്കിയപ്പോൾ അണ്ണാറക്കണ്ണൻ തീറ്റപ്പാത്രങ്ങളിൽ ഇരുന്ന് രണ്ട് കൈകൊണ്ടും തീറ്റയെടുത്ത് തന്റെ കൊച്ചരിപ്പല്ല് കൊണ്ട് സുഖമായി ചവച്ച് തിന്നുകയാണ്. കോഴികൾക്ക് കുടിക്കാനായി പല പാത്രങ്ങളിലായി വെള്ളവും. തൊപ്പിക്കിളിക്ക് വിശപ്പും കൊതിയും കൂടിക്കൂടി വന്നു.

കോഴികളെല്ലാം കൂട്ടിനുള്ളിലെ മണലിൽ കുളിച്ച്

രസിക്കയാണ്. തൊപ്പിക്കിളി തന്റെ ദാരിദ്ര്യമോർത്ത് ദുഃഖിച്ചു. കൂട്ടിലാണെങ്കിലും സമൃദ്ധമായ തീറ്റയാണ്. തീറ്റ തേടി അലഞ്ഞ് നടക്കേണ്ട. മലിനമായ വെള്ളവും കുടിക്കേണ്ട. അവന് അകത്തേക്ക് കയറണമോ പുറത്തേക്ക് പോകണമോ എന്ന് സംശയമായി. ഉച്ചവെയിലിന്റെ ചൂടോർത്തപ്പോൾ പുറത്തേക്ക് പറക്കാൻ അവന് മനസ്സു വന്നില്ല.

അവൻ ചിന്തയിലാണ്ടിരിക്കുമ്പോൾ അണ്ണാറക്കണ്ണൻ ഉച്ചത്തിൽ ശബ്ദമുണ്ടാക്കി. തന്റെ വാൽ മുകളിലേക്കുയർത്തിപ്പിടിച്ചു. മണലിൽ കുളിച്ച് വിശ്രമിച്ച കോഴികൾ ഓരോരുത്തരായി എഴുന്നേറ്റ് ചിറക് കുടഞ്ഞു. ചിറകിലെ മണൽത്തരികൾ തെറിച്ചതോടെ അണ്ണാറക്കണ്ണൻ കൂട്ടിലെ കമ്പി പൊടിഞ്ഞ് മാറിയഭാഗത്തെ തന്റെ പതിവ് വഴിയിലേക്ക് കുതിച്ചു. അണ്ണാറക്കണ്ണന്റെ വരവ് കണ്ടു ഭയന്ന തൊപ്പിക്കിളി പാഞ്ഞു ചെന്ന് കവുങ്ങോലയ്ക്കുള്ളിലൊളിച്ചു.

വിശപ്പും ദാഹവുംകൊണ്ട് അവൻ കുറച്ചുനേരം മയങ്ങി. നേരം വൈകിയതോടെ അവൻ വീണ്ടും കൂട്ടിലെത്തി. ഇത്തവണ തീറ്റപ്പാത്രങ്ങളെല്ലാം യജമാനൻ നിറച്ച് വച്ചിരിക്കയാണ്. കോഴികൾ ഭക്ഷണം കഴിച്ച് മടുത്തതിനാൽ പലഭാഗത്തായിരുന്ന് ചിറകുകൾ മിനുക്കുകയായിരുന്നു. വിശപ്പ് ശക്തമായതിനാൽ അവൻ അണ്ണാറക്കണ്ണന്റെ പതിവ് വഴിയിലൂടെ കൂട്ടിൽ ഇറങ്ങാൻ തന്നെ തീരുമാനിച്ചു. അവൻ തല അകത്തേക്കിട്ട് കുറച്ചുനേരം നിരീക്ഷിച്ചിരുന്നെങ്കിലും കോഴികളാരും തന്നെ ശ്രദ്ധിക്കുന്നതേയില്ല. അവൻ കോഴികളൊഴിഞ്ഞ ഒരു തീറ്റപ്പാത്രത്തിലേക്ക് പറന്നിറങ്ങി. സുഖമായി തീറ്റ കൊത്തിയെടുത്തു. വയറ് നിറഞ്ഞതോടെ തീറ്റപ്പാത്രത്തിനടുത്തു തന്നെയുള്ള വെള്ളം നിറച്ച പാത്രത്തിൽ കയറിയിരുന്ന് മതിയാകുവോളം കുടിച്ചു.

കുടിച്ച് തൃപ്തിയായതോടെ തന്റെ ചിറകുകൾ വീശി. ചെറുതെങ്കിലും ചിറകടിയുടെ ശബ്ദം കേട്ട് കൂടുഭരിക്കുന്ന ഒരു പിടക്കോഴി അവന്റെ മേൽ ചാടിവീണ് അവന്റെ തൊപ്പിയിലെ തൂവലുകൾ മുഴുവൻ കൊത്തിയെടുത്തു. മരണവെപ്രാളം കാട്ടി അവൻ പറന്നുയർന്ന് കൂടിന്റെ മുകളിലെ കമ്പിയിലിരുന്നു. ഭയം കൊണ്ട് വിറച്ച അവന് കൂട്ടിനുപുറത്ത് കടക്കാനായില്ല. കൂട്ടിലെ

പൂവൻകോഴികൾ ഉച്ചത്തിൽ കൂവിയാർത്തു. ചിലർ പറന്നുയരാൻ നോക്കി. കടന്ന് കയറിയ വഴി തിരിച്ചറിയാൻ പാവം തൊപ്പിക്കിളിക്കായില്ല.

കൂട്ടിലെ ബഹളം കേട്ട് യജമാനൻ കൂടിന് മുന്നിലെത്തി. കോഴികൾ കൂടിന് മുകളിലേക്ക് നോക്കി നിന്ന് പിറുപിറുക്കുന്നത് കണ്ട് അയാൾ അകത്തുകയറി. കൈ നീട്ടി തൊപ്പിക്കിളിയെ പിടിക്കാൻ നോക്കിയെങ്കിലും അവൻ പറന്നു നടന്നു. ഒടുവിൽ തളർന്ന് ഒരിടത്തിരുന്ന അവനെ അയാൾ പിടിച്ചെടുത്തു. അവന്റെ തൂവലും തലയും നിറവുമെല്ലാം അയാൾക്കിഷ്ടമായി.

കൂടിന് പുറത്തെത്തിയ യജമാനന്റെ മകനും അവനെ ഇഷ്ടമായി. കോഴിക്കുഞ്ഞുങ്ങളെ സൂക്ഷിക്കുന്ന ചെറിയ കൂട്ടിനുള്ളിലേക്ക് അവർ തൊപ്പിക്കിളിയെ തുറന്നുവിട്ടു. ഒരു ചെറിയ പാത്രത്തിൽ തീറ്റയും വെള്ളവും യജമാനന്റെ മകൻ ആ കൂട്ടിനുള്ളിൽ വച്ചു കൊടുത്തു. പാവം തൊപ്പിക്കിളി കൂട്ടിൽ കിടന്ന് ഭയപ്പാടോടെ ചിറകടിച്ചു. തീറ്റയും വെള്ളവുമെല്ലാം മറിച്ചിട്ടു. ഇത് കണ്ട് യജമാനന്റെ മകന് സങ്കടം തോന്നി. അവൻ പിതാവിനോട് പറഞ്ഞു:

“ഇവനെ നമുക്ക് തുറന്ന് വിടാം. അവന്റെ സങ്കടം കണ്ടില്ലേ.”

അതുകേട്ട് ആ പിതാവ് മകന്റെ മുഖത്തേക്ക് നോക്കി പുഞ്ചിരിച്ചു. പിന്നീട് കൂടുമായി കോഴിക്കൂടിന് പുറത്തിറങ്ങി. ആ ചെറിയ കൂടിന്റെ വാതിൽ തുറന്നതും ദേശാടനത്തിന് വന്ന തൊപ്പിക്കിളി ആകാശത്തേക്ക് പറന്നുയർന്നു.

കോഴികളെല്ലാം ഈ കാഴ്ച നോക്കിനിന്നു.

മൈനപ്പെണ്ണ്

ആലുംകടവിലെ അരയാൽമരത്തിൽ ധാരാളം വെള്ള ക്കൊറ്റികൾ കൂടുകെട്ടി കഴിയുകയായിരുന്നു. അരയാൽമരം ഇല കൊഴിക്കുന്ന സമയത്ത് കൂടുകളെല്ലാം പുറത്തുനില്ക്കുന്നവർക്ക് കാണാൻ കഴിയും. അരയാൽമരത്തിന് തൊട്ടു മുന്നിലുള്ള ബദാംമരത്തിൽ ഒരു കാക്കക്കുടുംബം കഴിഞ്ഞിരുന്നു. കാക്ക യുടെ ബന്ധുക്കൾ വിരുന്നു വരുമ്പോൾ അരയാൽ മരത്തിലെ ഒഴിഞ്ഞുകിടക്കുന്ന ചില കൊറ്റികളുടെ കൂടുകൾ കൈയേറാൻ ശ്രമം നടത്താറുണ്ട്. കൊറ്റികൾ കഴുത്തിലെ തൂവലുകൾ വിടർത്തി നീളമേറിയ ചുണ്ടുകൾകൊണ്ട് കാക്കയെ ഓടിച്ച് വിടുമായിരുന്നു.

കാക്കകളും കൊക്കുകളുംകൂടി ആ സമയത്ത് നടത്തുന്ന ബഹളം അരയാൽമരത്തിന്റെ പൊത്തിനുള്ളിൽ കഴിയുന്ന മൈനകൾക്ക് ശല്യമായി. അവർ കാക്കകളെ ശകാരിക്കുമായി രുന്നെങ്കിലും കൊക്കുകളെ ഒന്നും പറയാറില്ല. ചിലപ്പോൾ കാക്കയെ ആക്രമിക്കാനായി ഉച്ചത്തിൽ ശബ്ദമുണ്ടാക്കി പാഞ്ഞു ചെല്ലുകയും ചെയ്യും. വിരുന്നുകാരായ കാക്കകൾക്ക് ഇത് മഹാനാ ണക്കേടായി. കൂടുകെട്ടാൻ കഴിയാത്ത കാക്കകൾ വൈദ്യുതകമ്പി കളിലിരുന്ന് നേരം വെളുപ്പിച്ചു.

നല്ല നിലാവുള്ള ദിവസമായതിനാൽ അവർ ഇടയ്ക്കിടെ

കരയുകയും ചെയ്തു. മൈന മരപ്പൊത്തിൽനിന്ന് തലയിട്ട് പുറത്തേക്ക് നോക്കി. പുറത്തേക്ക് പറന്ന് ചെന്ന് കാക്കകളെ ആക്രമിക്കണമെന്ന് അവനുതോന്നി. ആൽമരം ഇലകൊഴിച്ച് നിന്നതിനാൽ കാക്കകൾക്ക് മൈനയെ നന്നായി കാണാൻ കഴിഞ്ഞു. അവ അവനെ കളിയാക്കി വീണ്ടും കരഞ്ഞു. കൊക്കുകൾ ഇത് കേട്ടെങ്കിലും അവർ തല താഴ്ത്തിയിരുന്നുറങ്ങി.

മൈന ശബ്ദമൊന്നുമുണ്ടാക്കാതെ തല അകത്തേക്ക് വലിച്ചു. കാക്കകളെ ഓടിക്കാനുള്ള വഴികളെപ്പറ്റി അവൻ ചിന്തിച്ചു. ഒറ്റപ്പെട്ട കുടുംബമായതിനാൽ അവൻ മിണ്ടാതിരുന്നു. എന്നാൽ അവന്റെ കൂട്ടുകാരി അവളുടെ ബന്ധുക്കളെ അടുത്ത ദിവസം കൂട്ടിക്കൊണ്ട് വന്ന് ഈ പരിഹാസത്തിനുപകരം ചോദിക്കണമെന്ന് തീർച്ചപ്പെടുത്തി.

നേരം പുലരാൻ തുടങ്ങിയതോടെ കാക്കകൾ പ്രഭാത ഗീതങ്ങൾ ആലപിച്ചുതുടങ്ങി. മൈനപ്പെണ്ണിന് ഇത് കേട്ട് ദേഷ്യം വന്നു. തലേന്ന് വൈകി ഉറങ്ങിയതിനാൽ ഉറക്കത്തിൽനിന്നും ഉണരാതിരുന്ന കൂട്ടുകാരനെ വിളിച്ചുണർത്തി. വേഗം പോയി ബന്ധുക്കളെ കൂട്ടി വരാൻ നിർബ്ബന്ധിച്ചു. അവൻ “അതു വേണോ” എന്ന് ചോദിച്ചെങ്കിലും അവൾ “വേണം” എന്ന് തന്നെ മറുപടി പറഞ്ഞു. അവളുടെ നിർബ്ബന്ധപ്രകാരം ഉറക്കച്ചടവോടെ അവൻ അവളുടെ ബന്ധുക്കളെ തേടിപ്പോയി.

ഈ സമയംകൊണ്ട് മൈനപ്പെണ്ണ് കാക്കകളെ വെല്ലുവിളിച്ചു. തിരികെ പോകാനിറങ്ങിയ വിരുന്നുകാരായ കാക്കകൾ അവളെ ആക്രമിക്കാനായി പാഞ്ഞുവന്നതും അവൾ അരയാൽ മരത്തിലെ കൂടിനുള്ളിലേക്ക് വലിഞ്ഞു. ആ ചെറിയ വഴിയിലൂടെ കാക്കകൾക്ക് കടക്കാനാകില്ലല്ലോ. കാക്കകൾ കൂടിനു ചുറ്റുമുള്ള മരച്ചില്ലകളിലിരുന്ന് ഉച്ചത്തിൽ ശബ്ദമുണ്ടാക്കി. മൈനപ്പെണ്ണ് പേടിച്ചുപോയി.

ഈ സമയത്ത് ആൺ മൈന കൂട്ടുകാരിയുടെ ബന്ധുക്കളുമായി പറന്നെത്തി. അവർ ഉച്ചത്തിൽ ശബ്ദമുണ്ടാക്കിക്കൊണ്ടാണ് വന്നത് തന്നെ. വഴിയിൽക്കണ്ട കാക്കകളെയെല്ലാം ഓടിച്ചു വിട്ടു. തന്റെ കൂട് കൈയേറിയതുകണ്ട് അവൻ ബന്ധുക്കളോട് പറഞ്ഞു,

“അവർ എന്റെ കൂട്ടുകാരിയെ കൊന്നുകളഞ്ഞല്ലോ” എന്ന്.

അത് കേട്ട ബന്ധു മൈനകൾ കാക്കകളെ ആക്രമിക്കാനായി പാഞ്ഞടുത്തു. ഒഴിഞ്ഞു മാറിയ കാക്കകൾ വൈദ്യുത കമ്പിയിൽ പോയിരുന്നു. കാക്കകൾ പോയെങ്കിലും മൈനപ്പെണ്ണ് പുറത്തു വന്നില്ല. അവൾ കണ്ണുമടച്ച് കൂട്ടിനകത്തിരുന്നു.

മൈനകൾ വീണ്ടും കാക്കകളെ ആക്രമിക്കാനായി പാഞ്ഞടുത്തു. കാക്കകൾ ഇത്തവണ ധൈര്യത്തോടെ ഏറ്റുമുട്ടി. പെട്ടെന്ന് വൈദ്യുത കമ്പികളിൽനിന്ന് തീപ്പൊരി പാറി. രണ്ട് പേർ താഴേക്ക് ചെറിയ ശബ്ദത്തോടെ കരിഞ്ഞുവീണു.

കാക്കകളും മൈനകളും പറന്നകന്നു. എന്താണ് സംഭവിച്ച തെന്ന് ആർക്കും മനസ്സിലായില്ല. വിരുന്നുകാരായ കാക്കകൾ പേടിച്ച് വന്ന വഴി തിരികെപ്പോയി. വീട്ടുകാരായ കാക്കകൾ ദൂരെയൊരു തെങ്ങിന്റെ ഓലയിൽ പോയിരുന്നു. ആൺ മൈന കൂട്ടിനുള്ളിലേക്ക് കയറി. തന്റെ കൂട്ടുകാരിയെ കണ്ട് അവന് സന്തോഷവും സങ്കടവും ദേഷ്യവും വന്നു.

അവൻ വേഗം കൂടിന് പുറത്തുവന്ന് താഴെ വീണത് ആരാണെന്ന് നോക്കി. തന്റെ ബന്ധുക്കൾ രണ്ട് പേരാണ് കരിഞ്ഞ് കിടക്കുന്നത്. ബന്ധുക്കളായ മറ്റു മൈനകൾ ഭയന്ന് ദൂരെയിരിക്കുകയായിരുന്നു. അവരെല്ലാം ഒത്തുകൂടി കരച്ചിലായി.

അവൻ കൂട്ടുകാരി കൂട്ടിൽ സുരക്ഷിതയാണെന്ന കാര്യം അവരോട് പറഞ്ഞു. അവർ തമ്മിൽ തമ്മിൽ നോക്കി. ഒന്നും പറയാതെ സങ്കടപ്പെട്ട് വന്ന വഴി തിരികെപ്പോയി.

മണ്ണൻ ചുണ്ടെലിയും കുഴിഞണ്ടും

മണ്ണൻ ചുണ്ടെലി മണ്ണായ മണ്ണെല്ലാം തുരന്ന് കൂട്ടി മണ്ണിനടിയിലെ കിഴങ്ങുകളെല്ലാം തിന്ന് സുഖമായി ജീവിക്കുകയായിരുന്നു. കിഴങ്ങ് വർഗ്ഗങ്ങളിൽ മരച്ചീനിയോടായിരുന്നു അവന് പ്രിയം. തുരന്ന് തുരന്ന് സഞ്ചരിച്ചുകൊണ്ടിരിക്കുമ്പോഴാണ് അവൻ ഒരു കുഴിഞണ്ടുമായി പരിചയപ്പെടുന്നത്. ഞണ്ട് ഭൂമിയുടെ ആഴങ്ങളിലേക്ക് പോയി കുഴികുത്തി ആ തണുപ്പിലാണ് കഴിഞ്ഞിരുന്നത്. ജലാംശമുള്ള ഭാഗത്തുനിന്ന് മണ്ണ് കുഞ്ഞുരുളകളാക്കി തന്റെ മാളത്തിന് ചുറ്റും കോട്ട തീർക്കൽ അവന്റെ പ്രധാന പണിയാണ്. അങ്ങനെ തന്റെ മാളം വിശാലമാക്കുമ്പോഴാണ് മണ്ണൻ ചുണ്ടെലി തന്റെ കൂട് തകർക്കുന്നത്.

കുഴിഞണ്ടിന്റെ മാളംകൂടി അവൻ കൈയേറിയതിനാൽ കുഴിഞണ്ടിന് പുറത്തിറങ്ങാൻ അവന്റെ സഞ്ചാരവഴി തേടേണ്ടിവന്നു. പലപ്പോഴും അവർ തമ്മിൽ വഴിയിൽ വച്ച് കണ്ടുമുട്ടി. ഞണ്ട് തന്റെ ചെറിയ ഇറുക്ക് കാലുകൾ വിടർത്തി കണ്ണുരുട്ടി ചുണ്ടെലിയെ നോക്കിക്കൊണ്ട് വഴിയൊതുങ്ങി നില്ക്കുമായിരുന്നു.

ചുണ്ടെലി ആദ്യമൊന്നും അവനെ ശ്രദ്ധിച്ചില്ലെങ്കിലും അവന്റെ ഇറുക്കുകാലുകൾ കൺമുന്നിൽ എപ്പോഴും വാപിളർന്നിരിക്കുംപോലെ അവന് തോന്നിയിരുന്നു. ഒരുദിവസം

മണ്ണൻ ചുണ്ടെലി അവനരികിൽ വന്ന് പറഞ്ഞു:

"നമ്മൾ രണ്ട് പേരും മണ്ണിനടിയിലാണ് കൂടുതൽ സമയവും കഴിയുന്നത്. വല്ലപ്പോഴും പുറത്തിറങ്ങി സഞ്ചരിക്കും. നമുക്ക് എന്നും സുഹൃത്തുക്കളായി കഴിയാം."

ഞണ്ട് പ്രത്യേകിച്ച് അഭിപ്രായമൊന്നും പറഞ്ഞില്ല. അവൻ തന്റെ കണ്ണ് ചിമ്മി തന്റെ മാളത്തിലേക്ക് ഇറങ്ങിപ്പോയി.

ഞണ്ടിന്റെ മൗനം മണ്ണൻ ചുണ്ടെലിയെ ചിന്തിപ്പിച്ചു.

'അവൻ മിണ്ടാതെ പോയതെന്താകും?'

മണ്ണൻ ചുണ്ടെലി തുരന്നുണ്ടാക്കിയ വഴിയിലൂടെ ഞണ്ടും സഞ്ചരിച്ച് തുടങ്ങി. വാഴയുടെ അടിഭാഗം തിന്നാനായിരുന്നു ഞണ്ടിന് ഏറെയിഷ്ടം. ഭക്ഷണം തേടി പുറത്തിറങ്ങി പൂച്ചകളുടെ തീറ്റയാകുന്നതിനേക്കാൾ ഭേദം ഇവിടെ കഴിയുന്നതാണ് നല്ലതെന്നവനോർത്തു. അവൻ കൂടു നിർമ്മാണത്തിന്റെ കാര്യം പോലും മറന്നുതുടങ്ങി.

ഒരു ദിവസം മണ്ണൻ ചുണ്ടെലി കുഴിഞണ്ടിനെ വഴിയിൽ വച്ച് കണ്ടപ്പോൾ പറഞ്ഞു:

"വേനൽ ശക്തമായി. കിഴങ്ങുവർഗ്ഗങ്ങളെല്ലാം മനുഷ്യർ പിഴുതു മാറ്റി. ഈ ഭാഗത്തുനിന്ന് എനിക്ക് താമസം മാറാൻ സമയമായി."

അതു കേട്ടപ്പോഴാണ് ഞണ്ട് തന്റെ ജീവിതത്തെക്കുറിച്ചോർത്തത്. കുറച്ച് കാലമായി സുഖജീവിതമായിരുന്നു. ഇവൻ പോയാൽ താൻ വീണ്ടും മാളത്തിന് പുറത്തിറങ്ങി തീറ്റ തേടേണ്ടി വരും. അതോർത്തപ്പോൾ കുഴിഞണ്ടിന് സങ്കടവും ദേഷ്യവും ഒരുമിച്ചുണ്ടായി. അവൻ ചുണ്ടെലിയോട് പറഞ്ഞു:

"നീ കാരണം ഞാൻ പുറം ലോകം കണ്ടിട്ട് നാളേറെയായി. നീ പോകുമ്പോൾ എന്നെക്കൂടി കൊണ്ടുപോവുക."

അത് കേട്ട് മണ്ണൻ പറഞ്ഞു:

"എന്റെ കുട്ടികൾക്ക് നിന്റെ ഈ കാലുകൾ പേടിയാണ്. എന്റെ ഭാര്യക്ക് നിന്നെ കാണുന്നതേ ഇഷ്ടമല്ല. നീ എന്റെ സഞ്ചാര വഴികൾ ഉപയോഗിച്ച് ഇവിടെ കൂടിക്കോ. വാഴക്കൂട്ടങ്ങൾ ഈ വഴിത്താരയിൽ ധാരാളമുണ്ടല്ലോ."

അത് നല്ല ഉപായമായി ഞണ്ടിന് തോന്നി. അവൻ സമ്മതിച്ചു.

എങ്കിലും അവർക്കൊപ്പം പോകാൻ പറ്റാത്തതിൽ വിഷമവും തോന്നി.

പിറ്റേന്ന് മണ്ണൻ ചുണ്ടെലിയും കുടുംബവും യാത്ര പറയാനായി ഞണ്ടിന്റെ മാളത്തിനരികിൽ എത്തി. ഞണ്ട് തന്റെ ഇറുക്കു കാലുകൾ ഉയർത്തി തൊഴുതു. അതിന്റെ പിളർന്ന വായ കണ്ട് മണ്ണൻ ചുണ്ടെലിയുടെ മക്കൾ ഉച്ചത്തിൽ നിലവിളിച്ചു. മണ്ണന്റെ ഭാര്യ അവനെ ശകാരിച്ചു. വേഗം പോകാൻ നിർബ്ബന്ധിച്ചു.

ഞണ്ട് വേഗം തന്റെ കുഴിക്കുള്ളിലേക്ക് വലിഞ്ഞു. മണ്ണനും കുടുംബവും മാളത്തിന് പുറത്തിറങ്ങി ഇരുട്ടു വീണ വഴിയിലൂടെ പുതിയ താവളം തേടി യാത്രയായി. അവർ പുറത്തിറങ്ങിയ വഴി തുറന്ന വായപോലെ ആകാശത്തെ നക്ഷത്രങ്ങളെ നോക്കിയിരുന്നു.

കുറച്ചു ദിവസം കുഴിഞണ്ട് സുഖമായി മാളത്തിനുള്ളിൽ അങ്ങോളമിങ്ങോളം സഞ്ചരിച്ചു. മണ്ണൻ ചുണ്ടെലി പുറത്തിറങ്ങിയ കവാടത്തിലൂടെ കടന്ന് വന്ന പ്രകാശം കണ്ട് അവൻ അങ്ങോട്ടുള്ള യാത്ര തന്നെ ഉപേക്ഷിച്ചു.

വാഴച്ചുവട്ടിൽ പുതിയ കുഴിയുണ്ടാക്കി വാഴത്തടയും തുരന്ന് തിന്ന് സുഖമായി കഴിഞ്ഞു. അങ്ങനെയിരിക്കെ ഒരുദിവസം ശക്തമായ വേനൽമഴ തുടങ്ങി. മണ്ണൻ പോയ വഴിയിലൂടെ വെള്ളമിരച്ച് മാളത്തിനുള്ളിലേക്ക് കയറിത്തുടങ്ങി. മാളത്തിൽ വെള്ളം നിറഞ്ഞതോടെ വാഴ മറിഞ്ഞുവീണു. അതോടെ അവന് പുറത്തിറങ്ങാനാകാത്ത വിധം വഴിയടഞ്ഞു. മറ്റു വഴികളൊന്നും നിർമ്മിക്കാതെ മടിയനായി കഴിഞ്ഞതിനാൽ അവന് രക്ഷപ്പെടാനായില്ല. വാഴച്ചുവട്ടിലെ മാളത്തിനുള്ളിലകപ്പെട്ട അവൻ ശ്വാസം കിട്ടാതെ വെള്ളം കുടിച്ച് അന്ത്യശ്വാസം വലിച്ചു.

പൂവാലിപ്പശു

യജമാനൻ തന്റെ തൊഴുത്തിലെ രണ്ട് കറുത്ത പശുക്കളുടെ കൂട്ടത്തിലേക്കാണ് പുതിയ പൂവാലിപ്പശുവിനെ കൊണ്ടുവന്ന് കെട്ടിയത്. വെളുപ്പ് നിറത്തിലുള്ള പശുവിന്റെ വാലിലെ രോമങ്ങൾ മാത്രം ചാരനിറമാണ്. നെറ്റിയിൽ ഒരു കുറിയിട്ട പോലെ ചാരനിറത്തിൽ മറ്റൊരടയാളവും. ഈ അടയാളങ്ങൾ അവളുടെ അഴക് വർദ്ധിപ്പിച്ചു.

മോഹവില നല്കിയാണ് ഈ അടയാളത്തിന്റെ പേരിൽ യജമാനൻ അവളെ വാങ്ങിയത്. താൻ സുന്ദരിയാണെന്നൊരു ഭാവം അവൾക്കുമുണ്ട്. കണ്ണിണകളിൽ മഷിയെഴുതിയതു പോലെയുള്ള നിറം കൂടിയായതോടെ അവൾ മറ്റു പശുക്കളുടെ ഇടയിൽ ലോകസുന്ദരി പട്ടം കിട്ടിയതുപോലെയായി.

തൊഴുത്തിൽ പൂവാലിയെ കൊണ്ടുവന്ന് കെട്ടിയതോടെ യജമാനന്റെ ഭാര്യയും മക്കളും വേലക്കാരുമെല്ലാം അവളെ കാണാനായി വന്നുതുടങ്ങി. യജമാനന്റെ മകൻ ഒരു നീളൻ പുല്ല് പറിച്ച് പൂവാലിക്ക് കൊണ്ടുകൊടുത്തെങ്കിലും അതിൽ മണ്ണ് പറ്റിയിരുന്നതിനാൽ അവൾ മണത്തു നോക്കിയതല്ലാതെ തിന്നാൻ കൂട്ടാക്കിയില്ല. യജമാനന്റെ മകനത് വലിച്ചെറിഞ്ഞു. ആ പുല്ല് ചെന്ന് വീണത് അമ്മക്കറുമ്പിയുടെ മുന്നിലാണ്. അവൾ ആർത്തിയോടെയത് അകത്താക്കിയത് പൂവാലി ഒളിഞ്ഞു

നോക്കി.

താനൊരിക്കൽ പോലും പുല്ല് പറിച്ചു കൊടുത്തിട്ടില്ലാത്ത കറുമ്പി പശു താൻ പൂവാലിക്ക് നല്കിയ പുല്ല് തിന്നുന്നത് കണ്ടപ്പോൾ യജമാനന്റെ മകന് ദേഷ്യം വന്നു. ദേഷ്യം കരച്ചിലായി മാറിയതോടെ ആ വീട്ടിലെ വേലക്കാരൻ ഒരു വടിയെടുത്ത് കറുമ്പി പശുവിന് രണ്ട് തല്ല് കൊടുത്തു. കറുമ്പി പിൻകാലുയർത്തി തൊഴുത്തിൽ ഒരു ചാട്ടം ചാടി.

യജമാനത്തിക്ക് ഇത് ഇഷ്ടമായില്ല. അവൾ വേലക്കാരനോട് ചോദിച്ചു:

"നീ എന്തിനാണ് പശുവിനെ തല്ലിയത്?"

അവൻ പറഞ്ഞു:

"കൊച്ചെജമാനന്റെ സങ്കടം മാറ്റാൻ വേണ്ടിയാണ്."

അതു കേട്ട് "അതിന് നീ പുല്ല് തിന്നാത്ത പൂവാലിയെയല്ലേ അടിക്കേണ്ടത്?" എന്ന് യജമാനത്തി ചോദിച്ചു.

"കൊച്ചെജമാനന് ഏറ്റവും ഇഷ്ടം പൂവാലിയോടാണ്. അവൾക്ക് കൊടുത്ത പുല്ലല്ലേ കറുമ്പി എടുത്ത് തിന്നുകളഞ്ഞ്." വേലക്കാരന്റെ നിഷ്കളങ്കമായ മറുപടി യജമാനത്തിക്ക് ഇഷ്ടമായില്ല. എങ്കിലും മനസ്സിൽ 'അഹങ്കാരി' എന്ന് പറഞ്ഞു കൊണ്ട് അവർ അകത്തേക്ക് പോയി. പിന്നാലെ വേലക്കാരും പോയെങ്കിലും മക്കൾ അവിടെതന്നെ നിന്നു.

യജമാനന്റെ മകൾക്ക് പൂവാലിയുടെ നെറ്റിയിലെ ചുട്ടിയിൽ ഒന്ന് തൊടണമെന്ന് തോന്നി. എന്നാൽ അവൾക്ക് പേടിയും ഉണ്ടായിരുന്നു. അവൾ മോഹം ഉള്ളിലൊതുക്കി വീട്ടിനുള്ളിലേക്കു കയറി. പിന്നാലെ ഭക്ഷണത്തിനായുള്ള വിളി കേട്ട് കൊച്ചെജമാനനും അകത്തേക്ക് പോയി.

രാത്രി അത്താഴത്തിനിരുന്നപ്പോൾ യജമാനനോട് തൊഴുത്തിലുണ്ടായ സംഭവങ്ങളെല്ലാം യജമാനത്തി പറഞ്ഞു കൊടുത്തു. എന്നാൽ യജമാനൻ മകനെ ശകാരിക്കുകയാണ് ചെയ്തത്. മേലിൽ ആരും പൂവാലിയുടെ അരികിൽ പോകരുതെന്നും പറഞ്ഞു. മകന് അതുകേട്ട് സങ്കടം സഹിക്കാനായില്ല. ചോറിന് മുന്നിലിരുന്ന് കരഞ്ഞ അവനെ യജമാനൻ ആശ്വസിപ്പിച്ചു. അയാൾ പറഞ്ഞു:

"പൂവാലി ഭാഗ്യമുള്ളവളാ. അവൾ വന്ന് കയറുന്ന വീട് ഐശ്വര്യം കൊണ്ട് നിറയും."

എന്നാൽ നന്നായി പാലുതരുന്ന കറുമ്പി പശുവിനെ അടിച്ചതിൽ അയാൾക്ക് യാതൊരു വിഷമവും തോന്നിയതുമില്ല. രാത്രി ഊണുകഴിഞ്ഞ് യജമാനൻ തൊഴുത്തിൽ ചെന്ന് പൂവാലിയെ തഴുകി. അവൾ യജമാനന്റെ കൈ നക്കിത്തുടച്ചു. അയാൾ അല്പം കച്ചിയെടുത്ത് അവൾക്ക് കൊടുത്തു. അത് കണ്ട് കറുമ്പിപ്പശുക്കൾ തലയും നാവും നീട്ടിയെങ്കിലും അയാൾ അവർക്ക് അല്പവും കൊടുത്തില്ല. വേലക്കാരൻ വന്നാണ് അവർക്ക് കച്ചി വലിച്ചുകൊണ്ട് വന്ന് കൊടുത്തത്.

പിറ്റേന്ന് രാവിലെ പുറത്തേക്ക് പോകും മുമ്പ് യജമാനൻ തൊഴുത്തിൽനിന്ന് പൂവാലിയെ അഴിച്ചിറക്കി കുളിപ്പിച്ചു. ഈ സമയംകൊണ്ട് വേലക്കാരിലൊരുവൻ കറുമ്പികളെ അഴിച്ച് തൊഴുത്തിന് പുറത്തിറക്കി. മറ്റൊരുവൻ തൊഴുത്ത് കഴുകി വൃത്തിയാക്കി. പൂവാലിയെ മാത്രം യജമാനൻ തൊഴുത്തിൽ കൊണ്ടുവന്ന് കെട്ടിയിട്ട് പുറത്തേക്ക് പോയി.

പിതാവ് പോയ സമയത്ത് യജമാനന്റെ മകൾ അല്പം കച്ചി എടുത്തുകൊണ്ട് തൊഴുത്തിൽ കെട്ടിയിരിക്കുന്ന പൂവാലിക്കരികിലേക്ക് ചെന്നു. കൈയിലിരുന്ന കച്ചി പൂവാലിക്ക് നേരേ നീട്ടി. പൂവാലി രുചിയോടെ അകത്താക്കി. യജമാനന്റെ മകൻ പുറത്തിറങ്ങിയപ്പോൾ സഹോദരി പശുവിനെ തീറ്റുന്നതാണ് കണ്ടത്. അവൻ തൊഴുത്തിനടുത്തേക്ക് ചെന്നു. ഈ സമയം കച്ചി തിന്നുകൊണ്ടിരുന്ന പൂവാലിയുടെ നെറ്റിയിൽ യജമാനന്റെ മകൾ കൈപ്പത്തികൊണ്ടു തടവുകയായിരുന്നു. പെട്ടെന്ന് പൂവാലി തലയൊന്നു കുലുക്കി. യജമാനന്റെ മകൾ ഉച്ചത്തിൽ അലറിക്കരഞ്ഞു. സഹോദരൻ ഓടിച്ചെന്ന് അവളെ തൊഴുത്തിന് പുറത്തു കൊണ്ടുവന്നു. ഒരു കൈകൊണ്ട് അവൾ മറ്റേ കൈതാങ്ങിപ്പിടിച്ച് അലറിക്കരയുന്നതാണ് യജമാനത്തിയും വേലക്കാരും ഓടിയെത്തിയപ്പോൾ കാണുന്നത്.

അന്നുരാത്രി മകളുടെ പ്ലാസ്റ്ററിട്ട കൈയിൽ ആ പിതാവ് തഴുകി. അദ്ദേഹത്തിന് സങ്കടം വന്നു. ഭക്ഷണ സമയത്ത് മകൾക്ക് ഭക്ഷണം വാരിക്കൊടുത്തു. രാത്രി തൊഴുത്തിൽ ചെന്നെങ്കിലും

കച്ചി പൂവാലിക്ക് കൊടുത്തില്ല. കറുമ്പി പശുക്കൾക്ക് പതിവില്ലാതെ കച്ചി വലിച്ചിട്ടുകൊടുക്കുകയും ചെയ്തു. കച്ചി വാരിയെടുക്കാൻ വന്ന വേലക്കാരനോട് അതിരാവിലെ ഉറക്കമെഴുന്നേല്ക്കണമെന്ന് പറഞ്ഞു.

പിറ്റേന്ന് നേരം പുലർന്ന് മുറ്റത്തിറങ്ങിയ യജമാനന്റെ മകൾ തൊഴുത്തിലേക്ക് നോക്കിയെങ്കിലും പൂവാലിയെ അവിടെയെങ്ങും കാണാനുണ്ടായിരുന്നില്ല. തൊഴുത്തിൽനിന്ന് കറുമ്പികളെ ആരും അഴിച്ചിറക്കിയതുമില്ല.

നനഞ്ഞ കോഴി

വേനൽ മഴ ശക്തമായി പെയ്തു കഴിഞ്ഞതോടെ കാട്ടുകോഴികളെല്ലാം തീറ്റ തേടി മരപ്പൊത്തുകളിൽനിന്നും മരക്കൊമ്പുകളിൽനിന്നും പറന്ന് താഴെയിറങ്ങി. ഭൂമി കുളിർക്കെ മഴ പെയ്തതിനാൽ ചിതൽപ്പുറ്റുകളിൽനിന്ന് ഈയലുകൾ ആകാശത്തെ വെള്ളിമേഘങ്ങളുടെ തിളക്കം കണ്ട് മുകളിലേക്ക് പറന്നുയർന്നു. ശരീരഭാരംകൊണ്ട് ചിറക് കുഴഞ്ഞുവീണവരെ താഴെയിറങ്ങിയ കോഴികൾ കൊത്തിയകത്താക്കി.

അന്തരീക്ഷം തെളിഞ്ഞതിനാൽ കരിയിലകൾ ചികഞ്ഞ് പുറത്തെടുക്കുന്ന പ്രാണികളെ കോഴികൾ ആർത്തിയോടെ കൊത്തിത്തിന്നു. കോഴികൾ നിലത്തിറങ്ങിയതോടെ മൂന്ന് കാട്ടുപൂച്ചകൾ പതുങ്ങി പതുങ്ങി അവർക്കരികിലെത്തി. പൂച്ചകളുടെ വരവറിഞ്ഞതോടെ കൂട്ടത്തിലെ നേതാവായ പൂവൻകോഴി പ്രത്യേക ശബ്ദം പുറപ്പെടുവിച്ച് മറ്റു കോഴികളുടെ ശ്രദ്ധ തിരിച്ചു. അപകടം മണത്ത അവർ വേഗം പറന്ന് മരത്തിന് മുകളിൽ കയറി. എല്ലാവരും മുകളിൽ കയറിയശേഷം പൂവൻകോഴി തല ഉയർത്തി ചിറകടിച്ച് ഉച്ചത്തിൽ കൂകി. തല ഉയർത്തി ചുറ്റും നോക്കിയപ്പോൾ ഒന്നിലധികം കാട്ടുപൂച്ചകൾ അവനെ നോട്ടമിട്ട് നില്പാണ്. കൂടുതൽ ആലോചിക്കാൻ നില്ക്കാതെ അവൻ പറന്ന് കൂട്ടുകാരിരിക്കുന്ന മരക്കൊമ്പിലേക്ക്

കയറി.

പൂച്ചകൾ പൊലീസുകാർ തോക്ക് പിടിച്ച് പരേഡ് നടത്തും പോലെ മരച്ചുവട്ടിൽ വാൽ ഉയർത്തിപ്പിടിച്ച് നടന്നു. കുതിരയുടെ ചെവികൾപോലെ അവയുടെ ചെവികളും മുകളിലേക്ക് ഉയർന്ന് നിന്നു.

കോഴികളിരിക്കുന്നത് കണ്ട് പൂച്ചകൾ മരത്തിൽ കയറാൻ ഒരു ശ്രമം നടത്തിയെങ്കിലും മഴ പെയ്ത് വഴുക്കലായതിനാൽ അവർക്ക് കയറാനായില്ല. കുറച്ചുനേരം അവിടെ ചുറ്റിക്കറങ്ങിയ ശേഷം പൂച്ചകൾ പുഴക്കരയിലേക്ക് പോയി. പൂച്ചകൾ വളരെ ദൂരെ എത്തിയെന്ന് കണ്ടതോടെ കോഴികൾ ഒന്നൊന്നായി പറന്ന് താഴത്തേക്കിറങ്ങി.

അന്നത്തെ ദിവസം അവർക്ക് കുശാലായി ചിതലിനെ തിന്നാൻ കിട്ടി. അതുകൊണ്ട് തീറ്റ തേടി മറ്റെങ്ങും പോകേണ്ടി വന്നില്ല.

പിറ്റേന്നു രാവിലെ മുതൽ മഴ ശക്തമായി പെയ്തുതുടങ്ങി. കോഴികൾ മരച്ചില്ലകൾക്കടിയിൽ നനയാതെ കയറി നിന്നു. എങ്കിലും കോഴികളിൽ ചിലർ മഴയത്ത് മരത്തിലിരുന്ന് നനഞ്ഞു കുതിർന്നു. മരപ്പൊത്തിൽ ഇരിക്കുന്നവർക്ക് മഴ ശല്യമായില്ല. മഴ കാരണം പക്ഷികളും മറ്റു ജീവികളും മഴയേല്ക്കാത്ത സ്ഥലങ്ങളിലായി കയറി നിന്നതിനാൽ ആർക്കും തീറ്റയൊന്നും ലഭിച്ചില്ല.

കാട്ടുപൂച്ചകൾ തലേന്ന് കണ്ട കോഴികളെ എങ്ങനെയും ഇന്ന് പിടിച്ചെടുക്കണമെന്ന് തീർച്ചപ്പെടുത്തി. അവർ മഴ നനഞ്ഞ് കോഴികൾ ഇരിക്കുന്ന മരത്തിനരികിലെത്തി. അവരിലെ മുതിർന്ന കാട്ടുപൂച്ച മരത്തിൽ കയറാനൊരു ശ്രമംനടത്തി. മഴവെള്ളം ഒലിച്ചിറങ്ങിയതിനാൽ വഴുതി താഴേക്ക് വീണു. മറ്റു പൂച്ചകൾ അവനെ കളിയാക്കി. മഴ നനഞ്ഞ അവൻ ശരീരം ശക്തമായി കുടഞ്ഞു. അവന്റെ ശരീരത്തിലിരുന്ന മഴത്തുള്ളികൾ സ്ഫടിക മുത്തുകൾപോലെ അവനുചുറ്റും തെറിക്കുന്ന കാഴ്ച കോഴികൾ മുകളിലിരുന്നു കാണുന്നുണ്ടായിരുന്നു.

കോഴികളിൽ ചിലർ ഭയന്ന് ചില ശബ്ദങ്ങൾ പുറപ്പെടുവിച്ചു. താഴെ വീണ തന്നെ പരിഹസിച്ചതാണെന്ന് കരുതി അവൻ

കുറച്ചു കൂടി ശ്രദ്ധയോടെ മരത്തിൽ അള്ളിപ്പിടിച്ച് കയറാൻ തുടങ്ങി. അവന്റെ കൈവിരലുകളിലെ നഖങ്ങൾ മരത്തിൽ ശക്തമായി തറപ്പിച്ചുകൊണ്ട് അവൻ മെല്ലെ മെല്ലെ മുകളിലേക്ക് കയറി മരക്കൊമ്പുകൾക്കിടയിൽ ഇരിപ്പുറപ്പിച്ചു.

മരത്തിന് മുകളിലിരുന്ന കോഴികൾക്ക് ഭയം കൂടിക്കൂടി വന്നു. പൂവൻകോഴി എന്തു ചെയ്യണമെന്ന് തല പുകഞ്ഞാലോചിച്ചു. അവൻ പിറുപിറുക്കുന്നത് കണ്ട് അവന്റെ കൂട്ടുകാരി പറഞ്ഞു:

“നിങ്ങൾ ഉച്ചത്തിലൊന്ന് കൂകിയാൽ പൂച്ച ചിലപ്പോൾ പേടിച്ച് പിടിവിട്ട് നിലത്തു വീഴും.”

അതു ശരിയാണെന്ന് അവന് തോന്നി. അവന്റെ നനഞ്ഞൊട്ടിയ രൂപം കണ്ട് അവന്റെ കൂട്ടുകാരിക്ക് ചിരി വന്നു. അവൾ മറ്റാരും കേൾക്കാതെ അവനോട് പറയുകയും ചെയ്തു.

അവനും തന്റെ ശരീരത്തിലേക്കൊന്ന് നോക്കി. ശരീരം മുഴുവനും പുറത്ത് കാണാം. തൂവലിന്റെ സൗന്ദര്യം മുഴുവൻ നഷ്ടമായിരിക്കുന്നു. ശരീരത്തിന് ഭാരവും കൂടിയപോലെ. അവൻ ചുണ്ടുകൾകൊണ്ട് തൂവലുകളിലെ ജലാംശം തുടച്ച് നീക്കാൻ തുടങ്ങി.

ഈ സമയം താഴെ മരച്ചുവട്ടിൽ നില്ക്കുകയായിരുന്ന കാട്ടുപൂച്ചകൾ മുകളിലേക്ക് നോക്കി ‘മ്യാവൂ, മ്യാവൂ’ എന്ന് ഉച്ചത്തിൽ നിലവിളിച്ചു.

പൂച്ചകളുടെ ശബ്ദം കേട്ട് തൊട്ടടുത്ത പുഴയിലെ മലവെള്ള പാച്ചിലിൽ ഒഴുകി വന്ന ഒരു കൂറ്റൻ പെരുമ്പാമ്പ് വിശന്ന് വലഞ്ഞ് കരയിലേക്ക് കയറി വന്നു. രണ്ട് കാട്ടുപൂച്ചകൾ ഇരിക്കുന്നതു കണ്ട് പാമ്പിന് സന്തോഷമായി. പാമ്പിന്റെ വരവ് കണ്ട് താഴെയിരുന്ന് കരഞ്ഞ പൂച്ചകൾ ജീവനും കൊണ്ടോടി രക്ഷപ്പെട്ടു. ഈ കാഴ്ച കണ്ട സന്തോഷത്തിൽ മഴയിൽ നനഞ്ഞ് കുതിർന്ന പൂവൻകോഴി ഉച്ചത്തിലാർത്തു കൂവി. നനഞ്ഞ കോഴിയെ ആദ്യമായാണ് പൂച്ച കാണുന്നത്. കരച്ചിൽ കോഴിയുടേതാണെങ്കിലും കഷ്ടപ്പെട്ടു മരത്തിൽ അള്ളിപ്പിടിച്ചിരുന്ന പൂച്ച ആ രൂപം കണ്ട് ഭയന്ന് പിടിവിട്ട് താഴേക്ക് വീണു.

കൂറ്റൻമരത്തിന്റെ ചുവട്ടിൽ ഇഴഞ്ഞെത്തിയ പെരുമ്പാമ്പിന്റെ

മുന്നിലാണ് അവൻ വന്നുവീണത്. എഴുന്നേറ്റ് ഓടാൻ അവൻ ശ്രമിച്ചെങ്കിലും നിമിഷനേരംകൊണ്ട് അവനെ പെരുമ്പാമ്പ് ചുറ്റിവരിഞ്ഞു. അവന്റെ എല്ലുകൾ ഒടിയുന്ന ശബ്ദം കോഴികൾ കേട്ടു. ഇടയ്ക്ക് പൂച്ചയുടെ ദയനീയ ശബ്ദം പുറത്തു വന്നെങ്കിലും പെരുമ്പാമ്പ് വിശപ്പടക്കി തന്റെ വീർത്ത വയറുമായി മെല്ലെ ഇഴഞ്ഞുനീങ്ങുന്നത് ശ്വാസമടക്കിപ്പിടിച്ച് കോഴികൾ നോക്കി നിന്നു.

കുഞ്ഞു മത്സ്യങ്ങൾ

അഴീക്കൽ കടപ്പുറത്ത് വേലിയേറ്റം ശക്തമായതോടെ തിരമാലകൾ കരയിലേക്ക് ഇരച്ച് കയറാൻ തുടങ്ങി. തിരമാലകൾക്ക് ശക്തി കൂടിയതിനാൽ സഞ്ചാരികളായ മത്സ്യക്കൂട്ടം ചിന്നിച്ചിതറിപ്പോയി. കൂട്ടം തെറ്റിയ മീനുകളിൽ രണ്ടുപേർക്ക് വഴി തെറ്റുകയും ചെയ്തു.

വഴി തെറ്റിയെങ്കിലും വിശാലമായ കടലിൽ അവർക്ക് പേടിയൊന്നും തോന്നിയില്ല. അവർ തിരയ്ക്കൊപ്പം മറിഞ്ഞും തിര മുറിച്ച് നീന്തിയും കളിച്ച് രസിച്ചു. ഇടയ്ക്ക് പാറയിൽ പറ്റിപ്പിടിച്ച് വളർന്ന കടൽപ്പായൽ കൊത്തിത്തിന്നു വിശപ്പടക്കുകയും ചെയ്തു. അവരുടെ ഒറ്റ തിരിഞ്ഞുള്ള നില്പ് കണ്ട് വാ നിറയെ പല്ലുകളുള്ള ഒരു സ്വർണ്ണ മത്സ്യം അവർക്കടുത്തേക്ക് വന്നെങ്കിലും അവർ തിരയ്ക്കുള്ളിലേക്ക് പാഞ്ഞ് കയറി മറിഞ്ഞു വന്നു. അപ്പോഴേക്കും സ്വർണ്ണ മത്സ്യം സ്ഥലം വിട്ടിരുന്നു.

ശത്രു മത്സ്യങ്ങളിൽനിന്ന് രക്ഷപ്പെടാനുള്ള വിദ്യയൊക്കെ കാരണവന്മാർ നേരത്തേ തന്നെ അവർക്ക് പഠിപ്പിച്ച് കൊടുത്തിരുന്നു. തിരയിൽ അഭ്യാസം കാണിക്കുന്നതിൽ അവരാരും ഒട്ടും പിന്നിലല്ലായിരുന്നു.

കൂട്ടത്തിലുള്ളവരെക്കുറിച്ച് അവരോർത്തെങ്കിലും കാരണവരുടെ നിയന്ത്രണം കുട്ടികളായ അവർക്ക് ഇഷ്ടപ്പെട്ടി

രുന്നില്ല. കാരണവർ കർശനമായ നിയന്ത്രണങ്ങളാണ് ഏർപ്പെടുത്തിയിരുന്നത്.

തിരയിൽ മറിയരുത്, കരയോട് ചേർന്ന് സഞ്ചരിക്കരുത്, സഞ്ചരിക്കുമ്പോൾ വഴിയിൽ ഭക്ഷണം തേടരുത്, പരിചയമില്ലാത്തവരോട് കൂട്ടുകൂടരുത്, വലിപ്പം കൂടിയ മത്സ്യങ്ങളെ കണ്ടാൽ നേരേ അടുത്തു ചെല്ലരുത് തുടങ്ങി അരുതുകളുടെ ഒരു ഘോഷയാത്ര തന്നെ. കുട്ടിക്കൂട്ടം അതൊക്കെ ഒരു ചെവിയിലൂടെ കേട്ട് മറു ചെവിയിലൂടെ കളഞ്ഞു. അവർ എപ്പോഴും സന്തോഷങ്ങൾ മാത്രമുള്ള ലോകത്ത് ജീവിക്കുവാൻ ആഗ്രഹിച്ചു.

അങ്ങനെ സഞ്ചരിക്കുമ്പോഴാണ് വേലിയേറ്റത്തിലെ തിരയിൽപ്പെട്ട് രണ്ട് പേർ കൂട്ടം തെറ്റിയത്. അതൊരു ഉപകാരമായി എന്നവർക്ക് അപ്പോൾ തോന്നി. അവർ തിരയിൽ ഊഞ്ഞാലാടി നടന്നു. ഒഴുക്കിനൊത്തും ഒഴുക്കിനെതിരെയും നീന്തി. ആരും നിയന്ത്രിക്കാനില്ലാത്ത ആ ലോകത്തെ അവർ ഏറെ ഇഷ്ടപ്പെട്ടു. തിരയെടുത്തെറിഞ്ഞപ്പോൾ ചിരിച്ചുകൊണ്ടവർ തിരയിലേക്ക് തന്നെ പാഞ്ഞുചെന്നു.

അങ്ങനെ കളിച്ചു നടന്നപ്പോൾ ശക്തമായ ഒരു തിര വന്നു. അവരിലൊരുവൻ കരയിലേക്ക് എടുത്തെറിയപ്പെട്ടു. കരയിൽ വല വീശുവാനായി തയ്യാറെടുത്ത് നിന്നയാൾ അവനെ കൈയിലെടുത്തു. ആദ്യമായാണ് അവൻ വെള്ളത്തിൽനിന്ന് കരയിൽ എത്തപ്പെടുന്നത്. അവന് അനങ്ങാൻ കഴിഞ്ഞില്ല. വലക്കാരന്റെ കൈവെള്ളയിൽ ഇരുന്ന് തന്റെ കുഞ്ഞുവാലിട്ടടിച്ചു. അവന്റെ ശരീരത്തിലെ പുള്ളികൾ അയാൾക്കിഷ്ടമായി. അവന്റെ ചെകിളപ്പൂക്കൾ ശക്തമായി തുറന്നടഞ്ഞുകൊണ്ടിരിക്കുന്നത് അയാൾ ശ്രദ്ധിച്ചു. ശക്തമായ വെയിലിൽ അവന്റെ ശരീരത്തിലെ ജലാംശം വറ്റിത്തുടങ്ങിയതോടെ അവൻ അസ്വസ്ഥനായി.

വലക്കാരൻ തന്റെ കൈയിലിരിക്കുന്ന കുഞ്ഞുമത്സ്യത്തെ അല്പനേരം നോക്കിനിന്നു. വീണ്ടും വീണ്ടും അവന്റെ ചെകിളപ്പൂക്കൾ തുറന്നടയുന്നത് കണ്ടപ്പോൾ അയാൾക്ക് അവനോട് സഹതാപം തോന്നി. 'ഇനിയും വലിപ്പം വയ്ക്കേണ്ടതല്ലേ' എന്നയാൾ മനസ്സിൽ വിചാരിച്ചു. അവനോടുള്ള സഹതാപം കൊണ്ട് അയാൾ അവനെ കടലിലേക്ക് തന്നെ വിട്ടു.

വെള്ളത്തിലെത്തിയതോടെ അവൻ ശക്തിമാനായി. കൂട്ടുകാരനെത്തേടി അങ്ങുമിങ്ങും നീന്തിത്തുടിച്ചു. ഏറെ വൈകാതെ തന്നെ കൂട്ടുകാരനെ കണ്ടെത്തി. അവനും കൂട്ടുകാരന് എന്തു സംഭവിച്ചു എന്നറിയാതെ വിഷമിച്ചിരിക്കുകയായിരുന്നു.

കരയിലുണ്ടായ സംഭവം മുഴുവൻ അവൻ കൂട്ടുകാരന് പറഞ്ഞുകൊടുത്തു. കരയെപ്പറ്റിയുള്ള അവന്റെ വർണ്ണന കേട്ടതോടെ അവനും കരകാണാൻ മോഹമായി.

കൂട്ടുകാരൻ വെള്ളം കിട്ടാതായതോടെ തനിക്കുണ്ടായ വിഷമതകൾ പറഞ്ഞ് കേൾപ്പിച്ചെങ്കിലും തിരിച്ച് വരാമല്ലോ എന്ന സന്തോഷത്തിൽ അവൻ കരയിലേക്ക് കയറാൻ തീരുമാനിച്ചു. കൂടെ വരാൻ കൂട്ടുകാരനേയും നിർബ്ബന്ധിച്ചു. നിർബ്ബന്ധം തുടർന്നതോടെ അവനുംകൂടെ കരയിൽ കയറാമെന്ന് സമ്മതിച്ചു.

അവർ കുറച്ച് നേരം കൂടി തിരയ്ക്കൊപ്പം മറിഞ്ഞു കളിച്ചു. തിര മുറിച്ച് കടന്നു. വെള്ളി പാദസരംപോലെ പതച്ച് കിടക്കുന്ന തിരമാലയ്ക്കുള്ളിലൂടെ നീന്തിത്തുടിച്ചു.

കരയിൽ നില്ക്കുന്ന വലക്കാരനെ വെള്ളത്തിന് മുകളിലെത്തിയപ്പോൾ അവൻ കൂട്ടുകാരന് കാണിച്ച് കൊടുത്തു. അയാൾ വല വീശുവാനായി തയ്യാറെടുത്തു നില്ക്കുകയാണ്. കൂട്ടുകാരൻ വീണ്ടും നിർബ്ബന്ധിച്ചതോടെ അവനും കരയിലേക്ക് നീന്തിക്കയറാൻ തയ്യാറെടുത്തു. കരയിലേക്ക് പാഞ്ഞുപോകുന്ന ഒരു തിരമാലയ്ക്കൊപ്പം അവർ രണ്ട് പേരും കരയിലേക്ക് നീന്തി. പിന്നാലെ ശക്തമായ മറ്റൊരുതിരയെത്തി അവരെ തിരികെക്കൊണ്ടുവന്ന് കടലിലിറക്കി. അവർക്കത് വളരെ രസകരമായ കളിയായി തോന്നി.

വലക്കാരൻ ഇപ്പോഴും കൈയിൽ വലയുമായി കരയിൽത്തന്നെ നില്പാണ്. അദ്ദേഹത്തെ കാണാനായി ചില കൂട്ടുകാരും തീരത്തെത്തി. ഈ സമയം രണ്ടുമത്സ്യങ്ങളും മറ്റൊരുതിരയ്ക്കൊപ്പം കരയിലേക്ക് നീന്തിക്കയറി. അവരെ കരയിലെത്തിച്ച തിര മെല്ലെ ഇറങ്ങിപ്പോയി. പിന്നീട് വന്ന തിര ദുർബ്ബലമായതിനാൽ അവർക്ക് തിരികെ ഇറങ്ങാനായില്ല. അവർ കരയിലെത്തിയ സമയത്ത് വലക്കാരൻ തന്റെ വല കടലിലെ

ഓളപ്പരപ്പിലേക്ക് വീശിയെറിഞ്ഞു.

കരയിൽ വിണ് പിടച്ചുകൊണ്ടിരുന്ന മത്സ്യങ്ങളെ വലക്കാരന്റെ കൂട്ടുകാർ കൈയിലെടുത്ത് മീനിടാനായി കൊണ്ടുവന്ന പാത്രത്തിലേക്ക് എടുത്തിട്ടു. ജലാംശം അല്പം മാത്രമുള്ള ആ പാത്രത്തിൽ കിടന്ന് അവർ പരസ്പരം കുറ്റപ്പെടുത്തി. ശ്വാസം മുട്ടിയതോടെ പാത്രത്തിൽ നിന്നുയർന്ന് ചാടുവാൻ നോക്കി. പിന്നീട് ആകാശം കണ്ടുകൊണ്ട് രണ്ടു പേരും നിശ്ശബ്ദരായി.

തേൻവരിക്ക

പുതുശ്ശേരിത്തറവാട്ടിനു മുന്നിൽ ചെമ്പരത്തിവരിക്കയിൽ ആദ്യമായി ഒരു മുഴുത്ത ചക്ക വിളഞ്ഞു. കണ്ടാൽ ആരും നോക്കി നിന്നുപോകും. കന്നി കായ്ച്ച ചക്ക വീട്ടുകാരെ സന്തോഷിപ്പിച്ചു.

പ്ലാവ് കണ്ടാൽ നല്ല തടിയുണ്ടെങ്കിലും വളരെ വൈകിയാണ് കായ്ഫലം ഉണ്ടായത്. ആ വീട്ടിലെ വെളുത്തുനീണ്ട തലമുടിയുള്ള മുത്തശ്ശി എന്നും തന്റെ കട്ടി കണ്ണടയിലൂടെ പ്ലാവിന്റെ ചില്ലകൾ മുഴുവൻ പരിശോധിക്കും. മുത്തശ്ശിയുടെ കണ്ണുകൾ കാണുമ്പോഴേ പ്ലാവിൽ കൂടുകൂട്ടിയ കാക്കകൾ പറയാറുണ്ട് മുത്തശ്ശി നോക്കി നോക്കിയാണ് പ്ലാവ് കായ്ക്കാതെയായതെന്ന്.

പ്ലാവിൽ ആദ്യമായി ചക്കയുണ്ടായതിൽ കാക്കകൾക്ക് ഏറെ സന്തോഷമായി. കൂട്ടിനടുത്തിരുന്ന് തീറ്റ തിന്നാലോ. കാക്കയോട് കഥ പറയാനായി ഓലഞ്ഞാലിയും പേരത്തത്തയും അണ്ണാറക്കണ്ണനും പതിവായി വരാറുണ്ട്. ഇവരൊത്തുകൂടി ബഹളം വയ്ക്കുമ്പോൾ വെള്ളിത്തലമുടിയുള്ള മുത്തശ്ശി പുറത്തിറങ്ങി വരും. പ്ലാവിലേക്ക് നോക്കി കിളികളെ ശകാരിക്കും. അപ്പോൾ കിളികളെല്ലാം നിശ്ശബ്ദരാകും. അതോടെ മുത്തശ്ശി അകത്ത് കയറിപ്പോകും.

വേനല്ക്കാലമായി. മുത്തശ്ശിയുടെ കൊച്ചു മക്കൾ വിരുന്നു

വന്നു. അവധിക്കാലം തറവാട്ടിൽ ചെലവഴിച്ചിട്ടേ അവർ പോവുകയുള്ളൂ. കുഞ്ഞാറ്റയും പൈങ്കിളിയും ആദിയും കറുത്ത മുത്തും എല്ലാവരും കൂടി ആ വീടും പരിസരവും പള്ളിക്കൂട ത്തിലെ വിശ്രമവേളകൾ പോലെയാക്കും. ഓലഞ്ഞാലി പ്ലാവിലേക്ക് ചാഞ്ഞ് നില്ക്കുന്ന തെങ്ങോലയിൽ ഞാന്ന് കിടന്ന് കൂട്ടുകാരോട് പറഞ്ഞു:

"പിള്ളേരെല്ലാം എത്തിയിട്ടുണ്ട്. ഇനി നമുക്കൊരു സ്വസ്ഥത യും കിട്ടില്ല."

പേരത്തത്തയ്ക്ക് അത് കേട്ടപ്പോൾ വിറയലുണ്ടായി. കഴിഞ്ഞ തവണ ആദി എന്ന പയ്യൻ മാവിലെറിഞ്ഞ കല്ല് തന്റെ തൂവ ലിനിടയിലൂടെയാണ് പറന്നുപോയത്. അന്നുമുതൽ കുട്ടികൾ പോകുന്നതുവരെ അവൻ ആ വീട്ടുപരിസരത്തേ വരാറി ല്ലായിരുന്നു. കുട്ടികൾ പോകാനിറങ്ങിയത് കണ്ടുകൊണ്ടാണ് അവൻ വീണ്ടും കൂട്ടുകാരെത്തേടി എത്തിയത്.

നാട്ടിലെ മരങ്ങളായ മരങ്ങളെല്ലാം കയറിയിറങ്ങി നാട്ടുവിശേഷങ്ങളുമായാണ് അണ്ണാറക്കണ്ണനെത്തിയത്. അവൻ വന്നയുടൻ സായ്പിന്റെ ബംഗ്ലാവിലെ ചക്കരമാവിലെ മാമ്പഴങ്ങൾ പഴുത്തു തുടങ്ങിയ വിവരം കൂട്ടുകാരെ അറിയിച്ചു. മധുരക്കൂടുതൽ കാരണം രണ്ടെണ്ണമേ അവന് തിന്നാൻ കഴിഞ്ഞുള്ളു. കാട്ടിലെ വൈദ്യനായ പീലുക്കുറുക്കൻ മധുരം അധികം കഴിക്കരുതെന്നാണ് അവനോട് പറഞ്ഞിട്ടുള്ളത്.

വന്നയുടൻ തന്നെ അവൻ ചക്കയുടെ പുറത്ത് കയറി ഒരു പരിശോധന നടത്തി. ചെറിയ മണം വരുന്നതുപോലെ അവന് തോന്നി. ചക്കമുള്ളിനിടയിലേക്ക് അവൻ മുഖം ചേർത്തു മണത്തു. അതിന് ചുറ്റും വലയം വച്ച് ഡോക്ടർ രോഗിയുടെ ശരീരത്തിൽ സ്തെതസ്കോപ്പ് വച്ച് പരിശോധിക്കുംപോലെ അവൻ നോക്കി. മണം വരുന്നുണ്ട്. അവന്റെ നീണ്ട പരിശോധന കണ്ട് കാക്കയ്ക്ക് സംശയമായി. അവൻ ചോദിച്ചു:

"ചക്ക പഴുത്ത് തുടങ്ങിയോ? ഞാൻ രാവിലെ മീൻ തല തിന്നതിനാൽ ചക്ക പഴുത്ത മണം കിട്ടിയില്ല."

അണ്ണാറക്കണ്ണൻ പറഞ്ഞു:

"തേൻവരിക്കയായതുകൊണ്ട് നന്നായി പഴുക്കാൻ രണ്ടു ദിവസമെടുക്കും. മണം പരന്നാൽ കൂട്ടുകാരെല്ലാമെത്തും."

പേരത്തത്ത പറഞ്ഞു:

"ഇത്തവണ ഇതുവരെ തേൻവരിക്ക തിന്നാൻ കിട്ടിയില്ല. ചക്ക പഴുത്തപ്പോഴാകട്ടെ വീട്ടിലെ കുസൃതിപ്പിള്ളേരുമെത്തി."

ഓലഞ്ഞാലി ഓലത്തുമ്പിലൂയലാടി വന്ന് പറഞ്ഞു:

"നമ്മൾ ശബ്ദമുണ്ടാക്കാതെ വേണം ഇത്തവണ കഴിക്കാൻ. നമ്മുടെ ബഹളം കേട്ടാൽ വീട്ടിലെ മുത്തശ്ശി തീർച്ചയായും ഇറങ്ങി വരും."

അങ്ങനെ കിളിക്കൂട്ടം പിറ്റേ ദിവസം വരാമെന്ന് പറഞ്ഞ് അവിടെ നിന്ന് പോയി. കാക്ക പല തവണ ചക്കയിൽ പോയി മണം പിടിക്കാൻ ശ്രമിച്ചെങ്കിലും മണം കിട്ടിയില്ല.

പിറ്റേ ദിവസവും അണ്ണാറക്കണ്ണനും ഓലഞ്ഞാലിയും പേര ത്തത്തയും കാക്കയെത്തേടി പ്ലാവിലെത്തി. വന്നവരെല്ലാം ചക്കയ്ക്കടുത്ത് എത്തും മുമ്പേ മണം കിട്ടിത്തുടങ്ങി. കാക്കയ്ക്ക് മണം കിട്ടിയില്ലെന്ന് പഞ്ഞപ്പോൾ അണ്ണാറക്കണ്ണൻ പറഞ്ഞു: "കാക്കയ്ക്ക് കൊറോണ പിടിച്ചതാകുമെന്ന്." അതുകേട്ട് കൂട്ടുകാരെല്ലാവരും ചിരിച്ചു.

കാക്കയുടെ ഉള്ളിൽ പഴയ കൗശലക്കാരനുണർന്നു. അവൻ കൂട്ടുകാരുമായി ആദ്യ ചക്കപ്പഴം തിന്നാനായിരിക്കുകയായിരുന്നു. കാക്ക പറഞ്ഞു:

"നമുക്ക് ഒരുദിവസം കൂടി കാത്തിരുന്നാൽ ചക്ക നന്നായി പഴുത്തു കിട്ടും. അപ്പോൾ തിന്നാൻ എളുപ്പവുമാകും."

എന്നാൽ ഇത് അണ്ണാറക്കണ്ണന് ഇഷ്ടപ്പെട്ടില്ല. അവൻ പറഞ്ഞു:

"ആദ്യം മണം വരുന്നതറിഞ്ഞത് ഞാനാണ്. ഞാൻ തന്നെ ഇത് ഇപ്പോൾ തുരക്കും."

ആ മറുപടി പേരത്തത്തയും ഓലഞ്ഞാലിയും അംഗീക രിച്ചു. കാക്ക പ്രത്യേകിച്ചൊന്നും പറഞ്ഞില്ല. അവൻ മനസ്സിൽ കണ്ട കാര്യം നടക്കാത്തതിൽ ദേഷ്യം തോന്നി. അണ്ണാറക്കണ്ണൻ കാക്കയെ പരിഗണിക്കാതെ വീട്ടുകാരുടെ ശ്രദ്ധ കിട്ടാത്ത ഭാഗം തുരന്നുതുടങ്ങി. നല്ല പഴുത്ത തേൻവരിക്കയുടെ ഗന്ധം പരിസരമാകെ നിറഞ്ഞു.

പെട്ടെന്ന് കാക്ക ഉച്ചത്തിൽ ഒന്ന് കരഞ്ഞു. അവന്റെ കൂട്ടു കാർക്കുള്ള അറിയിപ്പായിരുന്നു ആ വിളിയെന്ന് അണ്ണാറക്കണ്ണന്

മനസ്സിലായി. കാക്കയുടെ കൗശലം മനസ്സിലാക്കാൻ വൈകിയതിൽ അവന് സങ്കടം തോന്നി. അവൻ വേഗം ചക്ക മുള്ള് ഒന്നു രണ്ട് ഭാഗങ്ങളിൽനിന്ന് നീക്കം ചെയ്തു. അതിലൊരിടത്ത് പേരത്തത്തയും കയറി കൊത്തിത്തുടങ്ങി.

ഓലഞ്ഞാലി ഇപ്പോഴും മണം പിടിച്ചുകൊണ്ട് ഓലത്തുമ്പിൽ ഞാന്നു കിടപ്പാണ്. കാക്കയുടെ കരച്ചിൽ കേട്ട് സ്വന്തക്കാരായവരെല്ലാം അലറി വിളിച്ച് വീടും പരിസരവും നിറച്ചു.

പ്ലാവിലും പരിസരത്തുമെത്തിയവർക്ക് കാര്യം മനസ്സിലായി. കാക്കകൾ വേനല്ക്കാലത്ത് പഴുത്ത ചക്കയുടെ മണം കിട്ടിയ ആവേശത്തിൽ സന്തോഷ സൂചകമായി കരഞ്ഞു. മരക്കൊമ്പുകളിലങ്ങിങ്ങ് പറന്നുകളിച്ചു.

കാക്കകളുടെ മേളം കണ്ട് അണ്ണാറക്കണ്ണനും പേരത്തത്തയും വിഷമിച്ചു. അവർ പരസ്പരം നോക്കി. പരിസരം അപകടത്തിലേക്കാണ് പോകുന്നതെന്ന് അവർക്ക് മനസ്സിലായി. ഓലഞ്ഞാലി നേരത്തേ തന്നെ സ്ഥലം വിട്ടിരുന്നു. പേരത്തത്ത അടുത്ത മരത്തിലേക്ക് പാഞ്ഞുപോയി. അണ്ണാറക്കണ്ണൻ നിശ്ശബ്ദനായി പ്ലാവിന്റെ കൊമ്പുകളിലൂടെ തറവാടിന്റെ മുകളിലേക്ക് ചാടി വീണു. അവിടെ എത്തിയതോടെ തന്റെ വാൽ ആകാശത്തേക്കുയർത്തി ഉച്ചത്തിൽ ശബ്ദമുണ്ടാക്കിക്കൊണ്ട് പുരയുടെ മുകളിൽ അങ്ങോളമിങ്ങോളം പാഞ്ഞുനടന്നു.

മുറ്റത്ത് കാക്കക്കൂട്ടത്തിന്റെയും അണ്ണാറക്കണ്ണന്റെയും കലമ്പൽ കേട്ട് നരച്ച മുത്തശ്ശിയും കൊച്ചുമക്കളും ഇറങ്ങി വന്നു. മുത്തശ്ശിയും കൊച്ചുമക്കളും പാൽക്കഞ്ഞി കുടിച്ചുകൊണ്ടിരിക്കുമ്പോഴാണ് മുറ്റത്തെ പ്ലാവിൽ പതിവില്ലാത്ത ബഹളം കേട്ടത്. കുട്ടികളിലൊരുവൻ കഞ്ഞി കുടിച്ചുകൊണ്ടിരുന്ന പ്ലാവിലയുമായാണ് വന്നത്.

മുത്തശ്ശി അലമുറയിടുന്ന കാക്കക്കൂട്ടത്തെ ശകാരിച്ചു. വെളുത്ത തലമുടി കണ്ടതോടെ കാക്കകളുടെ ശബ്ദം കുറഞ്ഞു. മുറ്റത്തിരുന്ന ചില കാക്കകൾ പറന്നു മാറി. മുത്തശ്ശി നേരേ പ്ലാവിൻ ചുവട്ടിലെത്തി മുകളിലേക്ക് തന്റെ കട്ടി കണ്ണടയിലൂടെ നോക്കി. കുട്ടികളിലൊരുവൻ വിളിച്ചു കൂവി.

"മുത്തശ്ശീ, ചക്ക കാക്ക കൊത്തുന്നു."

അവൻ പറഞ്ഞ് തീർന്നതും മുറ്റത്ത് കിടന്ന കല്ലുകൾ

എടുത്ത് കാക്കയെ എറിയാൻ തുടങ്ങി. അതുകണ്ട് മറ്റു കുട്ടികളും ഏറ് തുടങ്ങി. കാക്കക്കൂടിനു നേരെയും ചില കല്ലുകൾ പാഞ്ഞുചെന്നു.

മുത്തശ്ശി പറഞ്ഞു:

"ഹായ്, നല്ല മണം വരുന്നുണ്ട്. നമുക്ക് ഇപ്പോൾ തന്നെ ആരെയെങ്കിലും വിളിച്ച് ചക്ക അറുത്തിടാം. കന്നി കായ്ച്ച ചക്കയാ."

കൂട്ടത്തിലൊരുവന് കന്നി കായ്ച്ചത് എന്താണെന്ന് മനസ്സിലായില്ല. മുത്തശ്ശി അതും പറഞ്ഞുകൊടുത്തു.

"ആദ്യത്തെ ഫലം എന്ന അർത്ഥമാണ് കന്നി കായ്ക്കുക എന്നത്."

കുട്ടികൾ ആർപ്പുവിളിച്ച് സന്തോഷം പ്രകടിപ്പിച്ചു. കുട്ടികൾ അടുത്ത വീട്ടിലെത്തി ചക്കയിടാൻ ആളുമായെത്തി. അദ്ദേഹവും ചക്കയുടെ സുഗന്ധത്തെ പറ്റി മുത്തശ്ശിയോട് പറഞ്ഞു. പിന്നീട് പ്ലാവിൽ കയറാൻ തുടങ്ങിയപ്പോൾ പ്ലാവിലെ താമസക്കാരനായ കാക്ക അലറിവിളിക്കാൻ തുടങ്ങി. അകന്ന് പോയ കാക്കകൾ വീണ്ടും തിരികെ വന്നെങ്കിലും കുട്ടികളുടെ കല്ലേറിൽ അവ വന്ന വേഗത്തിൽ തിരികെപ്പോയി.

ചക്കയുടെ മണം പരന്നൊഴുകിത്തുടങ്ങി. ചക്കയിടാൻ വന്നയാൾ വേഗത്തിൽ കയറി ചക്കയിട്ടു. തൊട്ടടുത്തുണ്ടായിരുന്ന കാക്കക്കൂടും അയാളെടുത്ത് താഴെയിട്ടു. മരത്തിൽ നിന്നിറങ്ങിയ അയാൾ മുത്തശ്ശിയുടെ നിർദ്ദേശപ്രകാരം ചക്കയുമായി വീടിന് പിന്നാമ്പുറത്തേക്ക് പോയി. കുട്ടികൾ ഓടിച്ചെന്ന് കാക്കക്കൂട് കൈയിലെടുത്തുകൊണ്ട് ചക്കയുടെ ഗന്ധം പരന്ന വഴിയിലൂടെ വീടിന് പിന്നാമ്പുറത്തേക്ക് പോയി. ചക്കയുടെ തണ്ടിൽനിന്ന് നൂല് പോലെ കറ അന്തരീക്ഷത്തിൽ പറന്നു നടന്നത് കുട്ടികൾ കാക്കക്കൂട്ടിൽ പറ്റിച്ചെടുത്തു.

തന്റെ കൂടും ചക്കയും പോകുന്ന കാഴ്ച നോക്കി കാക്കയിരിക്കുമ്പോൾ അണ്ണാറക്കണ്ണൻ പുരപ്പുറത്ത് 'ഝിൽ, ഝിൽ' ശബ്ദമുയർത്തിക്കൊണ്ട് അങ്ങോട്ടുമിങ്ങോട്ടും നടക്കുകയായിരുന്നു.

അരയാലിന്റെ സങ്കടങ്ങൾ

മഴക്കാലം തുടങ്ങിയതോടെ ആറ്റുവക്കത്തെ മരങ്ങളെല്ലാം ഭീതിയിലായി. ഒരു കാലത്ത് തല ഉയർത്തിപ്പിടിച്ച് നിന്ന മരങ്ങളിൽ പലതും തലകുത്തി ആറ്റിലേക്ക് വീഴുന്നത് മറ്റു മരങ്ങൾ ഭയത്തോടെ കണ്ടു നിന്നു. മഴയിൽ ഒരു ചെറു കാറ്റെങ്ങാനും വന്നു പോയാൽത്തന്നെ ആറ്റുവക്കത്തെ മരങ്ങൾ തലയാട്ടിത്തുടങ്ങും. അവർ തനിയെ തലയാട്ടുന്നതല്ല, കാറ്റ് അവരുടെ വിശാലമായ തലയെ വട്ടം കറക്കുന്നതാണ്.

കാറ്റ് വീശിത്തുടങ്ങിയതോടെ പുഴവക്കത്തെ കൂറ്റൻ അരയാൽ മരം തൊട്ടടുത്തുള്ള തെങ്ങിനോട് പറഞ്ഞു: "നീ വളരെ സൂക്ഷിക്കണം. ചെറുപ്രായമാണ്. കരിക്കിൻ കുലകൾ നിറഞ്ഞ നിന്റെ നില്പ് കാണാൻതന്നെ എന്തു ചന്തമാണ്. പക്ഷേ, നീ നില്ക്കുന്നത് പുഴയുടെ അരികിലാണെന്ന് ഓർമ്മ വേണം."

അത് കേട്ട് തെങ്ങ് പറഞ്ഞു: "എന്റെ വേരുകൾക്ക് നല്ല ശക്തിയാണ്. മുടിയിഴകൾപോലെ സമൃദ്ധമായ വേരുകൾ ശക്തമായി എന്നെ ഉറപ്പിച്ചു നിർത്തിയിരിക്കയാണ്."

അരയാൽ പറഞ്ഞു: "എനിക്ക് വയസ്സായി. എന്റെ ഉള്ള് പൊള്ളയാണ്. എന്റെ വേരുകളിൽ പലതും പൊടിഞ്ഞുതുടങ്ങി."

തെങ്ങ് പറഞ്ഞു: "എന്റെ മുത്തശ്ശന്മാർ പലരും ആറ്റിൽ തലകുത്തിക്കിടപ്പാണ്. അവർക്ക് കരുത്തുറ്റ തടിയുണ്ടായിരു

ന്നിട്ടും വീണുപോയി."

"മനുഷ്യന്റെ ആർത്തിപൂണ്ട മണലൂറ്റാണ് നമുക്ക് കഷ്ടകാലമായത്. മണലൂറ്റിയൂറ്റി തീരമെല്ലാം ഇടിഞ്ഞിടിഞ്ഞ് പുഴ വിശാലമായി." അരയാലിന്റെ വാക്കുകൾ തെങ്ങ് മാത്രമല്ല പരിസരത്തുള്ള മരങ്ങളെല്ലാം കേൾക്കുന്നുണ്ടായിരുന്നു. അവരും കാറ്റിനെയാണ് ഏറെ ഭയന്നത്.

പുഴ കരകവിഞ്ഞൊഴുകിയ കാലങ്ങളിൽ കൂട്ടുകാർ പലരും പുഴയ്ക്കൊപ്പം സഞ്ചരിച്ചു. തീരത്ത് പിടിത്തം കിട്ടിയ ചിലർ അവിടെ ഉറച്ചുനിന്ന് വളരാനും തുടങ്ങി. ചിലർ പുഴയുടെ നടുവിലെ തുരുത്തുകളിൽ താമസമാക്കുകയും ചെയ്തു.

അരയാലിന്റെയും തെങ്ങിന്റെയും വർത്തമാനം അരയാലിൽ കൂടുകൂട്ടിയിരുന്ന കാക്കകൾ കേൾക്കുന്നുണ്ടായിരുന്നു. കാക്കകൾ പറഞ്ഞു: "ഇന്നത്തെ മേഘങ്ങൾ കണ്ടിട്ട് പ്രളയതുല്യമായ മഴ തന്നെയുണ്ടാകുമെന്നാണ് തോന്നുന്നത്."

കാക്കയുടെ വാക്കുകൾ കേട്ട് തെങ്ങ് പറഞ്ഞു: "നീയും വളരെ സൂക്ഷിക്കണം. നിന്റെ ശ്രീമതി കൂട്ടിൽ മുട്ടയിട്ടിരിപ്പാണ്. കാറ്റടിച്ചാൽ നിന്റെ കൂടും കാറ്റിനൊപ്പം ആറ്റിലൊഴുകും. എനിക്ക് ചെറുപ്പമായതിനാൽ എന്റെ വേരുകൾക്ക് നല്ല കരുത്താണ്."

അരയാൽ കാക്കയുടെയും തെങ്ങിന്റെയും വർത്തമാനം കേട്ട് പുഞ്ചിരിയോടെ നിന്നു. അവൻ കഴിഞ്ഞ പ്രളയത്തിൽ തന്നോട് സംസാരിച്ചുകൊണ്ട് നിന്ന ഇലഞ്ഞിമരം ഒരു നിലവിളിയോടെ ആറ്റിൽ പതിച്ചതോർത്തു. തന്റെ കാലം കഴിയാറായെന്ന് അരയാലിന് മനസ്സിലായി. ഈ മഴയെ അതിജീവിക്കാൻ കഴിഞ്ഞാൽ ഭാഗ്യമായി എന്നവൻ മനസ്സിലോർത്തു. ഇനിയും മണലൂറ്റ് നിർത്തിയില്ലെങ്കിൽ ഈ പുഴ തന്നെ ഇല്ലാതാകുമെന്ന് അവൻ വിഷമത്തോടെയോർത്തു.

പെട്ടെന്ന് ശക്തമായൊരു മിന്നലും എട്ടു നാടും പൊട്ടുമാറൊരു ഇടിയും വെട്ടി. ആറ്റിനക്കരെ തല ഉയർത്തിനിന്ന വൃദ്ധനായ തെങ്ങിന്റെ തലയിൽ ഒരു തീപ്പന്തം വന്നു വീണതുപോലെയായി. ഓടി രക്ഷപ്പെടാനാകാതെ അവൻ നിന്നുകത്തി. ശക്തമായ ഇരുട്ടിനെ കീറി മുറിച്ച് പ്രകാശം പരന്നു. മറ്റു മരങ്ങളെല്ലാം ഈ കാഴ്ച ഭീതിയോടെ നോക്കിനിന്നു.

തെങ്ങിന്റെ മണ്ട കത്തിത്തീരാറായതോടെ മഴ തുടങ്ങി. ചെറിയ മിന്നലും ഇടിയുമുണ്ടായെങ്കിലും മുതുമുത്തശ്ശനായ തെങ്ങിന്റെ ഗതിയോർത്ത് അരയാൽ തന്റെ അയൽക്കാരനായ തെങ്ങിനോട് പറഞ്ഞു: "നിന്റെ അടുത്ത ബന്ധുവാണത്. ഞാനിവിടെ മുളച്ച് വരുമ്പോഴേ അദ്ദേഹം അക്കരെയുണ്ട്. ഞാൻ കാണുമ്പോൾ നിന്റെ പ്രായമുണ്ടായിരുന്നു."

ആദ്യ ദിവസത്തെ മഴ കഴിഞ്ഞു. സൂര്യന്റെ വരവു കണ്ടതോടെ മരങ്ങൾക്ക് സന്തോഷമായി. കാക്ക രാവിലെ തന്നെ തീറ്റ തേടിപ്പോയി. തന്റെ കാക്കച്ചി മുട്ടയ്ക്ക് മേൽ അടയിരിക്കുന്ന കാര്യം അവൻ അരയാലിനെ പ്രത്യേകം ഓർമ്മിപ്പിച്ചു.

നേരം പുലർന്നതോടെ ആറ്റിനക്കരെ കരിഞ്ഞ് നില്ക്കുന്ന തെങ്ങിന്റെ മണ്ട കണ്ട് എല്ലാവരും ദുഃഖിച്ചു. ഇടിമിന്നലേറ്റ് ആ തെങ്ങിന്റെ തടിയിൽ ഉണ്ടായ വിള്ളൽ ഇക്കരെ നിന്ന് തന്നെ അവർക്ക് കാണാമായിരുന്നു. അതുകണ്ട് അരയാലിന്റെ അരികിലുള്ള തെങ്ങു പറഞ്ഞു: "തലയെടുപ്പ് കൂടിയാൽ ഇങ്ങനെയിരിക്കും. എനിക്ക് ഇത്ര ഉയരത്തിലൊന്നും വളരണ്ട."

ഇത് കേട്ട് അരയാൽ ചിരിച്ചു: "നിന്റെ വളർച്ച നിനക്ക് നിയന്ത്രിക്കാനാകുമോ?"

ആ ചോദ്യം തെങ്ങിനെ ചിന്തിപ്പിക്കുകതന്നെ ചെയ്തു. ആ സമയത്ത് മണലൂറ്റുകാർ വള്ളവുമായി ആ വഴി വന്നു. അരയാൽ അത് തെങ്ങിന്റെ ശ്രദ്ധയിൽപ്പെടുത്തി. തെങ്ങു പറഞ്ഞു: "ഓലമടൽ വീഴ്ത്തി ഇന്ന് ഞാനവരെ ഓടിക്കും." മണലൂറ്റുകാർ തെങ്ങ് നില്ക്കുന്നതിന് താഴെയായി വള്ള മടുപ്പിച്ചു. പറഞ്ഞതുപോലെ തെങ്ങ് ഓലമടൽ പൊഴിച്ചി ട്ടെങ്കിലും തെങ്ങിൻ ചുവട്ടിൽ തന്നെയാണ് വീണത്.

മണ്ണ് കോരി ക്ഷീണിച്ച മണലൂറ്റുകാർ കരയിൽ കയറി തെങ്ങിൽനിന്ന് കരിക്കടർത്തി കുടിച്ചു. ക്ഷീണമകറ്റിയ അവർ വള്ളം നിറയെ മണൽ കോരിയെടുത്ത് തിരികെപ്പോകുന്നത് മരങ്ങളെല്ലാം നിസ്സഹായതയോടെ നോക്കിനിന്നു.

ഉച്ച കഴിഞ്ഞതോടെ അന്തരീക്ഷം മുഴുവൻ മഴക്കാറുകൊണ്ട് നിറഞ്ഞു. പകലാണെന്ന് തോന്നുകയേയില്ല. നേരം വൈകിയെന്ന് കരുതി കാക്ക തിരികെ പറന്നെത്തി. ശേഖരിച്ചു

കൊണ്ടുവന്ന തീറ്റ കാക്കച്ചിക്ക് പകർന്നുനല്കി.

അരയാൽ കാക്കയോട് ചോദിച്ചു: "നീ നേരം വൈകിയെന്ന് കരുതി തിരിച്ച് വരികയായിരുന്നോ?"

കാക്ക പറഞ്ഞു: "അതെ. എങ്ങും ഇരുൾ പരന്നപ്പോൾ ഞാൻ കരുതി നേരം വൈകിയെന്ന്."

അവർ സംസാരിച്ച് നില്ക്കെ ശക്തമായ മിന്നലും ഇടിയും തുടങ്ങി. മിന്നൽ പ്രകാശത്തിൽ അക്കരെ തലേ ദിവസം മിന്നലേറ്റ് കത്തിയ തെങ്ങ് ഒറ്റക്കൊമ്പുയർത്തിയ രാക്ഷസനെപ്പോലെ നില്ക്കുന്ന കാഴ്ച മരങ്ങളിൽ ഭീതി പടർത്തി.

ഇടിയെത്തുടർന്ന് ശക്തമായ ഇരമ്പലോടെ മഴയുമെത്തി. മഴയ്ക്ക് അകമ്പടിയായി കാറ്റുമെത്തി. ഒറ്റക്കൊമ്പൻ തെങ്ങിനെ ചുറ്റി കാറ്റ് അരയാൽ മരത്തെ വട്ടംചുറ്റി വീഴ്ത്താൻ നോക്കി. കാറ്റ് അടുത്തുനിന്ന കൂറ്റൻ ആഞ്ഞിലിമരത്തെ ചുഴറ്റി. ആഞ്ഞിലിമരം നിറയെ പഴുത്ത ചക്കകളുടെ ഭാരവുമായി നില്ക്കുകയായിരുന്നു. കാറ്റിൽ ചക്കകൾ പലതും നിലം പറ്റി.

തെങ്ങ് ഇതുകണ്ട് പറഞ്ഞു: "അവൻ നിന്റെ മുകളിലേക്കാണ് വീഴാൻ സാദ്ധ്യത. നീ സൂക്ഷിച്ചോ. എനിക്ക് പേടിക്കേണ്ട കാര്യമില്ല."

അരയാൽ മിണ്ടാതെ നിന്നതേയുള്ളു. ആഞ്ഞിലിമരം പകുതി ചരിഞ്ഞെങ്കിലും കാറ്റ് അതിനെ വിട്ട് മറ്റുവഴികൾ തേടിപ്പോയി. മഴ ശക്തിയോടെ പെയ്യുകയാണ്. മലവെള്ളം കൂടി വന്നതോടെ ആറ്റിലെ ജലനിരപ്പുയർന്നു.

അടുത്ത ഇടിമുഴക്കത്തോടൊപ്പം ശക്തമായൊരു ചുഴലിക്കാറ്റ് തന്നെയാണ് ഇത്തവണ എത്തിയത്. അരയാൽ മരത്തെയും തെങ്ങിനെയും ചുറ്റി. തെങ്ങോലകൾ ഒടിഞ്ഞു തൂങ്ങി. തെങ്ങ് അറിയാതെ നിലവിളിച്ചു. വേനലിൽ ഇലപൊഴിച്ച് നിന്നതിനാൽ ആലിന് ക്ഷതമൊന്നും പറ്റിയില്ല.

കാറ്റ് പകുതി ചാഞ്ഞുനിന്ന ആഞ്ഞിലിമരത്തെ ചുഴറ്റിയെടുത്തു. നിറയെ ഇലയും ചക്കയുമായി നിന്നതിനാൽ കാറ്റിന് പിടിമുറുക്കാനെളുപ്പമായി. ആഞ്ഞിലി മെല്ലെ മെല്ലെ ചാഞ്ഞ് അരയാൽ മരത്തിന്റെ തടിയിൽ എത്തി. കൂറ്റൻ ആഞ്ഞിലിയുടെ ഭാരം താങ്ങാനാകാതെ അവൻ ആറ്റിലേക്ക് മെല്ലെ ചാഞ്ഞു.

ആറ്റുതീരമായതിനാൽ അവന്റെ വേരുകൾ വേഗമിളകി. തന്റെ പ്രധാന വേര് തെങ്ങിൻ ചുവട്ടിലായിരുന്നു. അരയാൽ മറിയുന്നതനുസരിച്ച് തെങ്ങും ചാഞ്ഞുതുടങ്ങി. അരയാലിനേക്കാൾ വേഗം പുഴയിലേക്ക് പതിച്ചത് തെങ്ങായിരുന്നു. തെങ്ങിനെ ആറ്റിലെ പ്രളയജലം വലിച്ചുകൊണ്ട് പോയതിന് പിന്നാലെ അരയാലും ആറ്റിലേക്ക് പതിച്ചു.

കാട്ടുതാറാവും ഇരണ്ടപ്പക്ഷിയും

വേളിക്കായലിനരികിലെ ചെറിയ തോടിനരികിലെ കുറ്റിക്കാട്ടിൽ ഒരു കാട്ടുതാറാവും കുടുംബവും കഴിഞ്ഞിരുന്നു. തോടിനരികിൽ കുറ്റിക്കാടുകൾ വളർന്ന് നിന്നതിനാൽ മനുഷ്യരുടെ ശല്യമേ ഇല്ലായിരുന്നു. അവർ രണ്ടുപേരും തോട്ടിൽ നിന്നും കായലിൽനിന്നും ചെറുമീനുകളെ പിടിച്ച് തിന്ന് സുഖമായി കഴിയുകയായിരുന്നു.

കാട്ടുചോലയിൽ കൂട്ടമായി കഴിഞ്ഞിരുന്ന അവർ കൂട്ടുകാരോട് പിണങ്ങിയാണ് ഇവിടെയെത്തിയത്. പുഴയിൽ പ്രളയജലമുയർന്നപ്പോൾ തന്റെ കുഞ്ഞുങ്ങളെ ഡാമിൽനിന്ന് ചാടി വന്ന ഭീകരനായ ചിണ്ടൻമുതല പിടിച്ച് തിന്നാൻ കാരണം കൂട്ടുകാരുടെ അശ്രദ്ധയാണെന്ന് അവർ കരുതി.

അവർ കാട്ടുചോലയിൽനിന്ന് കുറച്ചകലെയുള്ള തടാകത്തിൽ മീൻ തേടിപ്പോയതാണ്. മക്കളെ കൂട്ടുകാരെ ഏല്പിച്ചിട്ട് പോകുമ്പോൾ പ്രത്യേകം ശ്രദ്ധിക്കണമെന്ന് പറഞ്ഞേല്പിച്ചിരുന്നു. മുതലയെ കണ്ടതും കൂട്ടുകാർ പറന്ന് കാട്ടിൽ കയറി. അവർ ഉച്ചത്തിൽ ശബ്ദമുണ്ടാക്കി മുതലയെ ഓടിക്കാൻ നോക്കിയെങ്കിലും ആ മൂന്നു കുഞ്ഞുങ്ങളേയും ഒറ്റയടിക്ക് അകത്താക്കിയിട്ടാണ് അവൻ പോയത്.

വയറ് നിറയെ ചെറുമീൻ കഴിച്ച് കുഞ്ഞുങ്ങൾക്കുള്ള

മീനുകൾ കൊക്കിലൊതുക്കി തിരികെയെത്തുമ്പോൾ കേട്ട വാർത്ത അവരെ നടുക്കിക്കളഞ്ഞു. സങ്കടംകൊണ്ട് അവർ രണ്ട് പേരും ഭക്ഷണമുപേക്ഷിച്ച് രണ്ട് ദിവസം കുറ്റിക്കാട്ടിൽ കഴിഞ്ഞു.

ബന്ധുക്കളും കൂട്ടുകാരും നിർബ്ബന്ധിച്ച് അവരെ ഭക്ഷണം കഴിപ്പിച്ചു. ഉന്മേഷം തിരിച്ച് കിട്ടിയപ്പോൾ ബന്ധുക്കളുടെ അശ്രദ്ധയിൽ കലഹിച്ച് അവിടെ നിന്ന് രണ്ടുപേരും വളരെ ദൂരെയുള്ള വേളിക്കായലിന്റെ അരികിൽ പറന്നിറങ്ങുകയായിരുന്നു. കുറച്ച് വെള്ളക്കൊറ്റികളല്ലാതെ മറ്റാരും അവിടെ ഇല്ലായിരുന്നു. ശല്യക്കാരാരും ആ പ്രദേശത്തില്ലാത്തതിനാൽ ദുഃഖമൊതുക്കി അവർ അവിടെ കഴിഞ്ഞുകൂടി.

വേനലിന് ശക്തി കൂടിയതോടെ കുറച്ച് ഇരണ്ടപ്പക്ഷികൾ തീറ്റ തേടി അവിടെ വന്നിറങ്ങി. ഇരണ്ടപ്പക്ഷികൾ കാട്ടുതാറാവുകളോട് ചങ്ങാത്തംകൂടി. വെള്ളത്തിൽ അവർ നടത്തുന്ന അഭ്യാസമുറകൾ താറാവുകൾക്ക് അതിശയ കാഴ്ചയായിരുന്നു.

കൂട്ടുകാരില്ലാതെ ഒറ്റപ്പെട്ട് കഴിഞ്ഞ അവർ വളരെ വേഗം ഇരണ്ടപ്പക്ഷികളോടിണങ്ങി. വെള്ളത്തിനടിയിൽ ഓരോ തവണ മുങ്ങിപ്പൊങ്ങുമ്പോഴും ഓരോ മുഴുത്ത മീനുകൾ അവരുടെ കൊക്കിലുണ്ടായിരിക്കും. ഈ സമയം താറാവുകൾ തോട്ടിൽ നിന്നിറങ്ങി കായലരികിലെ അഴുകിയ കരിയിലകൾക്കിടയിൽ നിന്ന് ചെറുജീവികളെപ്പിടിച്ച് തിന്നുകയായിരിക്കും.

കാട്ടുതാറാവുകൾ അവിടെ എത്തിയതിനുശേഷം ഇരണ്ടപ്പക്ഷികൾ അവർക്ക് കിട്ടുന്ന ചെറുമീനുകളെ താറാവുകൾക്ക് നല്കാറുണ്ട്. താറാവുകൾ അത് സന്തോഷത്തോടെ വാങ്ങിക്കഴിക്കുകയും ചെയ്യും. അങ്ങനെ സന്തോഷത്തോടെ അവർ കഴിഞ്ഞുകൂടുമ്പോഴാണ് പ്രളയത്തിൽ ഡാമിൽനിന്ന് ചാടി വരവെ വഴി തെറ്റിയ ചിണ്ടൻമുതല പല കൈത്തോടുകൾ കടന്ന് വേളിക്കായലിലെത്തിയത്.

സ്വന്തം മക്കളെ അകത്താക്കിയ ചിണ്ടൻമുതലയെ കണ്ടതും കാട്ടുതാറാവുകൾക്ക് ദേഷ്യമിരട്ടിച്ചു. അവർക്ക് അവനെ ഒറ്റയ്ക്ക് ഒന്നും ചെയ്യാനാകില്ല. അതിനുള്ള പോംവഴികൾ അവർ ആലോചിച്ചു. ഈർച്ച വാളുപോലുള്ള ശരീരവുമായി അവൻ വരുന്നത് കണ്ടതോടെ അവർ കുറ്റിക്കാടുകൾക്കിടയിൽ ഒളിച്ചു.

കായലിന്റെ അരിക് പറ്റിയാണ് ചിണ്ടൻമുതലയുടെ സഞ്ചാരം. വെള്ളത്തിൽ മുങ്ങാംകുഴിയിട്ട് നടന്ന ഇരണ്ട പക്ഷികൾ ശത്രുവിന്റെ സാമീപ്യമറിയിച്ചുകൊണ്ട് പ്രത്യേക ശബ്ദം പുറപ്പെടുവിച്ചു. അതോടെ മീൻപിടുത്തം നിർത്തി എല്ലാവരും വെള്ളത്തിൽ തല ഉയർത്തി ഒത്തുകൂടി. അവർ തമ്മിൽ ചിണ്ടൻമുതലയെപ്പറ്റി സംസാരിച്ചു. ചിണ്ടനെപ്പറ്റിയുള്ള ഭീകര കഥകൾ കാട്ടുതാറാവുകൾ അവർക്ക് പറഞ്ഞു കൊടുത്തിട്ടുണ്ട്.

ചിണ്ടൻ ഇരണ്ടപ്പക്ഷികളെ കണ്ടതോടെ കായലിന്റെ മറുകരയിൽ കയറി വെയിലു കൊള്ളാനായി കിടന്നു. കിടപ്പു കണ്ടാൽ ഒരു വലിയ മുൾ മരം മുറിച്ചിട്ടിരിക്കുകയാണെന്ന് ദൂരെ നില്ക്കുന്നവർക്ക് തോന്നും. ഇരണ്ടപ്പക്ഷികളെ കൂട്ടത്തോടെ കണ്ടതോടെ ചിണ്ടൻമുതലയ്ക്ക് സന്തോഷമായി. താൻ അവരെ ശ്രദ്ധിക്കുന്നില്ല എന്നു ഭാവിക്കാനാണ് അവൻ കരയിൽ കയറി കിടന്നത്.

മുതലയുടെ നീക്കങ്ങൾ ഇരണ്ടപ്പക്ഷികൾ കുറ്റിക്കാട്ടിലൊളിച്ചിരുന്ന് നിരീക്ഷിക്കുന്നുണ്ടായിരുന്നു. അവർക്ക് ചിണ്ടൻ മുതലയോട് തീർത്താൽ തീരാത്ത പകയുണ്ട്.

ഇരണ്ടപ്പക്ഷികൾ തല ഉയർത്തി കാട്ടുതാറാവുകളെ നോക്കിയെങ്കിലും അവരുടെ നോട്ടമെത്തുന്ന പരിസരത്തൊന്നും താറാവുകളെ കാണാത്തതിൽ പരിഭ്രമം തോന്നി. അവരെ ചിണ്ടൻമുതല പിടികൂടി കാണുമോ എന്നവർ സംശയിച്ചു. അവരുടെ കൂട്ടത്തിലൊരുവൻ കായലിന് മുകളിലൂടെ പറന്ന് നടന്ന് നിരീക്ഷിക്കുകയും ചെയ്തു. അവിടെയെങ്ങും കാണാഞ്ഞ് അവർക്ക് നിരാശ തോന്നി.

മുതലയ്ക്ക് വെയിൽ കൊണ്ടതോടെ ക്ഷീണവും ഉറക്കവും വന്നുതുടങ്ങി. അവൻ വായ പിളർന്നത് കണ്ടതോടെ ഇരണ്ടപ്പക്ഷികൾക്ക് പേടിയായി. അവർ അങ്ങനെയൊരു കാഴ്ച ആദ്യമായി കാണുകയായിരുന്നു. അവർ തല്ക്കാലം അവിടെ നിന്ന് മാറി നില്ക്കുന്നതാണ് നല്ലതെന്ന് തീരുമാനിച്ചു. പോകും മുമ്പ് കാട്ടുതാറാവുകൾ താമസിക്കുന്ന കുറ്റിക്കാട്ടിൽക്കയറി അവിടെ ഉണ്ടോ എന്ന് നോക്കാമെന്ന് കരുതി ഒരാൾ അവിടേക്കു

പോയി.

ചിണ്ടന് ഉറക്കം വരുന്നുണ്ടെങ്കിലും മുന്നിലുള്ള ഇരണ്ട പക്ഷികളുടെ കൂട്ടത്തെ വെറുതെ വിടാൻ അവന് മനസ്സു വന്നില്ല. അവയെ ഒരുമിച്ച് തന്റെ വായ്ക്കുള്ളിലാക്കുന്നതോർത്ത് അവൻ പുഞ്ചിരിച്ചെങ്കിലും അത് വികൃതമായ ചിരിയായി മാറി.

ഇരണ്ടപ്പക്ഷികളിലൊരെണ്ണം മാത്രം കുറ്റിക്കാട്ടിലേക്ക് കയറുന്നത് അവന്റെ കണ്ണിൽപ്പെട്ടു. ശക്തമായ കാഴ്ചയുള്ള അവന് ഇരണ്ടപ്പക്ഷിയുടെ യാത്ര നന്നായി കാണുവാൻ കഴിഞ്ഞു. അവിടെ കരിയിലകൾക്കിടയിൽ പതുങ്ങിയിരിക്കുന്ന കാട്ടുതാറാവുകൾ ഇരണ്ടപ്പക്ഷിയുടെ വരവ് കണ്ട് പിടലി നീട്ടി പുറത്തുവന്നത് ചിണ്ടൻമുതല കണ്ടു. സന്തോഷം കൊണ്ടവന്റെ കണ്ണുകൾ തിളങ്ങി. എങ്കിലും അവൻ ആവേശം നിയന്ത്രിച്ചു. ഇപ്പോൾ ചാടി വെള്ളത്തിലിറങ്ങിയാൽ ഇരണ്ടപ്പക്ഷികൾ പറന്നുപോകും. അതുകൊണ്ട് വിശപ്പും കൊതിയും സഹിക്കാൻ അവൻ തയ്യാറായി.

ഇരണ്ടപ്പക്ഷി ചിണ്ടൻമുതലയുടെ വരവറിയിച്ചു. കാട്ടു താറാവുകൾ അവനെ കണ്ടാണ് ഒളിച്ചതെന്നും അവന് മനസ്സിലായി. കാട്ടുതാറാവുകൾ ഇരണ്ടപ്പക്ഷിയോട് പറഞ്ഞു: "ചിണ്ടൻമുതലയെ ഇവിടെ നിന്ന് ഓടിച്ചു വിട്ടേ പറ്റൂ. ഇല്ലെങ്കിൽ ഇവൻ നമ്മയെല്ലാം തിന്ന് തീർക്കും."

"നമുക്ക് എങ്ങനെ ഈ ഭീകരനെ ഓടിക്കാൻ കഴിയും?" ഇരണ്ടപ്പക്ഷി ചോദിച്ചു.

കാട്ടുതാറാവുകൾ രണ്ടുപേരുംകൂടി ആലോചിച്ചു. ഒരു വഴിയുണ്ട്.

"നിങ്ങളിലൊരാൾ ഇവന്റെ മുന്നിലൂടെ നീന്തിത്തുടിക്കണം. അത് കണ്ട് ഇവൻ ചാടി കായലിലിറങ്ങും. മറ്റ് രണ്ടുപേർ ആ സമയം മുങ്ങാംകുഴിയിട്ട് വന്ന് ഇവന്റെ വയറ്റിൽ കുത്തണം. ഇവന്റെ അടിവയറ്റിലെ തൊലിക്ക് കട്ടി കുറവായതിനാൽ വേഗം മുറിവുണ്ടാകും. കുത്തേറ്റ് മുറിവുണ്ടാകുമ്പോൾ അവൻ പ്രാണഭയത്തോടെ സ്ഥലം വിടും."

കാട്ടുതാറാവുകളുടെ വാക്കുകൾ കേട്ടപ്പോൾ നല്ല ഉപായ മാണെന്ന് ഇരണ്ടപ്പക്ഷിക്ക് മനസ്സിലായി. അവൻ യാത്ര പറഞ്ഞ്

കൂട്ടുകാർക്കരികിലേക്ക് പറന്നു.

ചിണ്ടൻമുതല ഇതെല്ലാം കണ്ടുകൊണ്ട് കിടക്കുകയായിരുന്നു. അവന് കാട്ടുതാറാവിന്റെ രുചി ഓർമ്മ വന്നു. അവർക്ക് ഓടി രക്ഷപ്പെടാൻ പ്രയാസമാണെന്ന് അവനറിയാം. അവൻ പിന്നീടൊന്നും ആലോചിച്ചില്ല. വായൊന്ന് തുറന്നടച്ചു. മെല്ലെ വെള്ളത്തിലേക്കിറങ്ങി. ആറ്റിന്റെ മറുകരയിൽനിന്ന് ചിണ്ടൻ മുതല വെള്ളത്തിലേക്കിറങ്ങുന്നത് കാട്ടുതാറാവുകൾ കണ്ടു. അവർക്ക് ഭയമായി. രക്ഷപ്പെടാനുള്ള വഴികൾ നോക്കി വച്ചു.

ചിണ്ടൻമുതല വെള്ളത്തിലിറങ്ങിയതും ഇരണ്ടപ്പക്ഷികൾ ഓരോരുത്തരായി മുങ്ങാംകുഴിയിട്ട് വന്ന് ജലപ്പരപ്പിലൂടെ ഒഴുകുകയായിരുന്ന മുതലയുടെ വയറ്റിനടിയിൽ കൂർത്ത ചുണ്ടുകൊണ്ട് കുത്തി. ഒന്നിനുപിറകെ ഒന്നായി കുത്തേറ്റതോടെ മുതലയുടെ വയർ പിളർന്നുതുടങ്ങി. അവൻ മരണവെപ്രാള ത്തോടെ വെള്ളത്തിൽകിടന്ന് മറിഞ്ഞു. മുറിവിന്റെ വലിപ്പം കൂടിയതിനാൽ അവന്റെ ശരീരം കുഴഞ്ഞ് ബോധംതന്നെ നഷ്ടമായി.

അബോധാവസ്ഥയിലായ ചിണ്ടൻമുതല വേലിയിറക്കത്തിലെ ഒഴുക്കിനൊപ്പം വേളിക്കായലിലെ പൊഴിമുഖം വഴി കടലിൽ ചെന്നു ചേർന്നതോടെ കാട്ടുതാറാവുകൾക്കും ഇരണ്ട പക്ഷികൾക്കും അവനെക്കൊണ്ടുള്ള ശല്യം എന്നെന്നേക്കുമായി ഒഴിവായി.

പിങ്കിപരുന്തിന്റെ സങ്കടങ്ങൾ

വളരെ ഉയരമുള്ള തെങ്ങിന്റെ മണ്ടയിലെ ചുള്ളിക്കൊമ്പുകളാൽതീർത്ത കൂട്ടിലാണ് പിങ്കിപരുന്ത് വിരിഞ്ഞിറങ്ങിയത്. മാതാപിതാക്കൾ പുഴകളിൽ നിന്ന് ചെറുമീനുകളെ പിടിച്ചു കൊണ്ട് വന്ന് അവൾക്ക് കൊടുത്തതോടെ അവൾ വളർന്ന് ചിറകുകൾ വീശിത്തുടങ്ങി. വിശപ്പായാൽ കൂട്ടിൽ കിടന്ന് കരഞ്ഞ് ബഹളം കൂട്ടുന്ന അവളെ പരിസരത്തുള്ള കാക്കകൾ കളിയാക്കുമായിരുന്നു. കാക്കകൾ അവളുടെ അച്ഛനുമമ്മയും തീറ്റ തേടാൻ പോകുന്ന സമയത്ത് കൂടിനരികിൽ വരും. അവർ പറയും:

“നീ എന്തിനാണ് വിശന്നിരിക്കുന്നത്. നിന്റെ വിശന്നുള്ള നിലവിളി കേട്ട് ഞങ്ങൾക്ക് സഹിക്കാൻ കഴിയുന്നില്ല. നീ ആ വീട്ടിലേക്ക് നോക്കൂ. അവിടുത്തെ വീട്ടുകാരി മീൻ വെട്ടിയ ശേഷം അവശിഷ്ടങ്ങൾ വാഴച്ചുവട്ടിൽ കൊണ്ടുകളയുന്നത് കാണാറില്ലേ?”

നിഷ്കളങ്കയായ പിങ്കിപരുന്ത് കുഞ്ഞല്ലേ. അവൾ കൊതിയും വിശപ്പുംകൊണ്ട് താഴേക്ക് എത്തി നോക്കി. ആദ്യമായാണ് അവൾ കൂട്ടിന് പുറത്തേക്ക് എത്തി നോക്കുന്നത്. വീട്ടുകാരി മീൻ വെട്ടിയ ശേഷം അവശിഷ്ടങ്ങൾ വാഴച്ചുവട്ടിൽ കൊണ്ടുവന്ന് ഒഴിക്കുന്നത് അവൾ കണ്ടു.

ആ കാഴ്ച അവളുടെ വിശപ്പ് വർദ്ധിപ്പിച്ചു. അവൾ ഉച്ചത്തിൽ ശബ്ദമുണ്ടാക്കി. കാക്കകൾ പറന്ന് വാഴച്ചുവട്ടിലിറങ്ങി മീനിന്റെ തലയും കൊത്തിപ്പറന്നു. പരുന്തിൻ കുഞ്ഞിനും ഈ കാഴ്ച കണ്ട് പറന്നിറങ്ങണമെന്ന് തോന്നി. അവൾ കൂട്ടിൽ ഇരുന്ന് ചിറകടിച്ചു. കൂടുണ്ടാക്കിയിരുന്ന ചുള്ളിക്കമ്പുകൾ പലതും അവളുടെ ചിറകടിയേറ്റ് നിലത്തു വീണു. കൂട് ദുർബ്ബലമായി വന്നു.

പിങ്കിപരുന്തിന്റെ കരച്ചിൽ കേട്ടാണ് മാതാപിതാക്കൾ പറന്ന് വന്നത്. അവൾ കാക്കകൾ പറഞ്ഞ കാര്യങ്ങൾ പറഞ്ഞ് കേൾപ്പിച്ചു. അവൾക്ക് വിശക്കുന്നുവെന്ന് പറഞ്ഞ് വാവിട്ട് നിലവിളിച്ചു. അമ്മപ്പരുന്ത് കൊണ്ടുവന്ന ചെറുമീൻ അവൾക്ക് കൊടുത്തു. എന്നിട്ടും അവൾക്ക് വിശപ്പടങ്ങിയില്ല. അവൾ ഉച്ചത്തിൽ കരഞ്ഞ് ചിറകടിച്ചു. കൂട്ടിലെ ചുള്ളിക്കൊമ്പുകൾ ഒന്നൊന്നായി താഴെ വീണു കൊണ്ടിരുന്നു.

അച്ഛൻ പരുന്ത് പിങ്കിപരുന്തിനോട് പറഞ്ഞു:

"മോളേ, നീ ഇങ്ങനെ കരഞ്ഞ് ബഹളം വയ്ക്കാതെ. വെയിലിന് ശക്തി കൂടിയതിനാൽ മീനുകളെല്ലാം ജലത്തിന്റെ അടിത്തട്ടിലേക്ക് പോയി. നേരം വൈകുമ്പോൾ മോൾക്ക് വലിയ മീനുകളെ പിടിച്ചുകൊണ്ട് വന്ന് തരാം."

അതുകേട്ട് പിങ്കിക്ക് ദേഷ്യം വന്നു. അവൾ കൂട്ടിന് താഴെയുള്ള വാഴച്ചുവട്ടിൽ വീട്ടുകാരി മീനിന്റെ അവശിഷ്ടങ്ങൾ കൊണ്ടിടുന്ന കാര്യം പറഞ്ഞു കൊടുത്തു. അത് കേട്ട് പരുന്ത് അതിശയത്തോടെ പറഞ്ഞു:

"കള്ളകാക്കകൾ കൗശലം കാട്ടി നിന്നെ കൂട്ടിന് പുറത്ത് ചാടിക്കാനുള്ള തന്ത്രം മെനയുകയാണ്. നീ അവരുമായി കൂട്ടുകൂടുന്നതാപത്താണ്."

പിങ്കി അതൊന്നും ശ്രദ്ധിക്കാതെ ഉച്ചത്തിൽ അലറിക്കരഞ്ഞു. മാതാപിതാക്കൾ അവളെ ആശ്വസിപ്പിച്ചു. അവർ വളരെ ദൂരെ കടലിൽ പോയി മീൻ പിടിച്ചു കൊണ്ടുവന്നു കൊടുക്കാമെന്ന് പറഞ്ഞു. അതു കേട്ട് അവൾ കരച്ചിലടക്കി.

അവർ പോയതോടെ കൗശലക്കാരനായ കാക്ക പരുന്തിൻ കുഞ്ഞിനരികിലെത്തി. അവൻ ചിരിച്ചുകൊണ്ടു പറഞ്ഞു:

"ഞാൻ നിനക്കൊരു മീനിന്റെ തലകൊണ്ടുവന്നിട്ടുണ്ട്."

അത് കേട്ട് പരുന്തിൻ കുഞ്ഞിന് സന്തോഷമായി. കാക്ക അടുത്തുള്ള ഒരു മരപ്പൊത്തിൽ നിന്ന് ഒരു മത്തിയുടെ തല ഒളിപ്പിച്ച് വച്ചിരുന്നത് കൊത്തിയെടുത്തുകൊണ്ട് വന്ന് പരുന്തിൻ കുഞ്ഞിന്റെ വായിൽ വച്ചു കൊടുത്തു. ആദ്യമായാണ് അവൾ കടൽ മത്സ്യത്തിന്റെ രുചിയറിയുന്നത്. അവൾക്ക് സന്തോഷമായി. കാക്കയെ നോക്കി അവൾ ഒരു സന്തോഷ ശബ്ദവും പുറപ്പെടുവിച്ചു.

കാക്ക അവളോട് പറഞ്ഞു:

"നീ എന്തിനാണ് ഇനിയും കൂട്ടിൽ തന്നെ ഇരിക്കുന്നത്. പറന്ന് നടന്ന് കാഴ്ചകൾ കണ്ടു കൂടെ?"

ഇതുകേട്ട് സങ്കടത്തോടെ പിങ്കിപരുന്ത് പറഞ്ഞു:

"അച്ഛനുമമ്മയുമില്ലാതെ പുറത്തേക്കിറങ്ങരുതെന്നും കാക്കകളുമായി കൂട്ടുകൂടരുതെന്നും പ്രത്യേകം പറഞ്ഞിട്ടുണ്ട്."

ഇതു കേട്ടതോടെ കാക്ക മനസ്സിലോർത്തു. തന്റെ കൂട് തകർത്തത് ഇവന്റെ അച്ഛനാണ്. ഈ കൂടുണ്ടാക്കുവാനായി അവൻ തന്റെ കൂട്ടിലെ ചുള്ളിക്കമ്പുകൾ മുഴുവനും കൊത്തിയെടുക്കുകയായിരുന്നു.

അതോർത്തതോടെ അവന് പരുന്തിനോട് പക തോന്നി. എങ്ങനേയും ഇവന്റെ കുഞ്ഞിനെ പുറത്താക്കി ഈ കൂട് തകർക്കണം എന്നവൻ മനസ്സിൽ കരുതി. പരുന്തിൻ കുഞ്ഞ് വീണ്ടും ഭക്ഷണത്തിനായി മുറവിളി കൂട്ടി. കുഞ്ഞിന്റെ കരച്ചിൽ കേട്ട് അച്ഛൻപരുന്ത് വരുമെന്ന് കരുതി കാക്ക അവിടെനിന്നും പറന്നു പോയി. അതോടെ പിങ്കിപരുന്തിന്റെ കരച്ചിൽ ശക്തമായി.

കുഞ്ഞിനെന്തോ ആപത്ത് പറ്റിയെന്ന് കരുതി അച്ഛനും അമ്മയും വേഗം പറന്നെത്തി. രണ്ട് പേരുടെ കൊക്കിലും കടൽ മീനുകൾ ഉണ്ടായിരുന്നു. അച്ഛനേയും അമ്മയേയും കണ്ടതോടെ പിങ്കിയുടെ കരച്ചിൽ നിന്നു. അവൾ സന്തോഷശബ്ദമുണ്ടാക്കി.

മകൾ മീൻ തിന്നുന്നത് അവർ നോക്കിയിരുന്നു. ആരോ കൂട് തകർക്കാൻ ശ്രമിച്ചതായി അമ്മപ്പരുന്തിന് തോന്നി. അവൾ കുഞ്ഞിനോട് ചോദിച്ചു:

"ഞങ്ങളില്ലാത്തപ്പോൾ ആരാണ് ഇവിടെ വന്നത്?"

പിങ്കി പരുന്ത് പറഞ്ഞു:

"ഞാൻ വിശന്ന് കരഞ്ഞപ്പോൾ ഒരു കാകൻ ചേട്ടൻ എനിക്ക് ഒരു മീൻ തല തിന്നാൻ കൊണ്ടുവന്നു തന്നു. ഞാൻ തിന്നു കൊണ്ടിരിക്കുമ്പോൾ കാകൻ ചേട്ടൻ കൂട്ടിൽ നിന്ന് ചുള്ളികൾ എടുത്തുമാറ്റി എനിക്ക് താഴെയെല്ലാം കാണിച്ച് തന്നു. എത്ര സുന്ദരമാണ് താഴത്തെ കാഴ്ചകൾ."

ഈ വാക്കുകൾ കേട്ട് അച്ഛൻ പരുന്തും അമ്മ പരുന്തും കുഞ്ഞിനെ ശകാരിച്ചു. മീൻ തിന്ന് കഴിഞ്ഞെങ്കിലും അതു കേട്ട് അവൾ പിണക്കം നടിച്ചു.

ഇനി മുതൽ പരിചയമില്ലാത്തവരോട് കൂട്ടുകൂടരുതെന്ന് പറഞ്ഞ് അവർ അടുത്ത തെങ്ങോലയിൽ മാറിയിരുന്നു. താഴത്തെ വീട്ടിലെ പരിസരം അവർ അന്നാണ് ശ്രദ്ധിക്കുന്നത്. വീട്ടുപരിസരത്ത് ധാരാളം വാഴക്കൂട്ടങ്ങൾ.

സൂര്യൻ അസ്തമിച്ച് തുടങ്ങിയതേയുള്ളുവെങ്കിലും വാഴക്കൂട്ടത്തിൽ നന്നായി ഇരുട്ടു പരന്നിരുന്നു.

പിറ്റേ ദിവസം നേരം പുലർന്നതോടെ പിങ്കി പരുന്ത് വിശന്ന് നിലവിളി തുടങ്ങി. അച്ഛനും അമ്മയും പലതും പറഞ്ഞ് അവളെ ആശ്വസിപ്പിച്ചു. എത്രയും വേഗം അവൾക്ക് എവിടെ നിന്നെങ്കിലും കോഴിക്കുഞ്ഞിനെ പിടിച്ചു കൊണ്ടുവരാമെന്ന് പറഞ്ഞ് അവർ പറന്ന് തുടങ്ങി. നേരം പുലരുമ്പോൾ തന്നെ വീട്ടുകാർ കോഴിക്കുഞ്ഞുങ്ങളെ തുറന്ന് വിടാറുള്ളതുകൊണ്ട് അവർക്ക് തീറ്റ തേടി എപ്പോഴും ദൂരെ പോകേണ്ടി വരാറില്ല.

എന്നാൽ ഉച്ച സമയമായിട്ടും അവർക്ക് തീറ്റയൊന്നും കിട്ടിയില്ല. അവർ കടലിൽ പോകാൻ തന്നെ തീരുമാനിച്ചു.

രാവിലെ തന്നെ കാകൻ തലേന്ന് ഒളിപ്പിച്ച് വച്ചിരുന്ന ഒരു മീൻ തലയുമായി പിങ്കി പരുന്തിനെ തേടിയെത്തി. അവൾ സന്തോഷത്തോടെ മീൻ തല വിഴുങ്ങി. അവൾ പറഞ്ഞു:

"പരിചയമില്ലാത്തവരോട് കൂട്ടു കൂടരുതെന്നാണ് അച്ഛനുമമ്മയും പറഞ്ഞിട്ടുള്ളത്."

അത് കേട്ട് കാകൻ പറഞ്ഞു:

"അതിന് നമ്മൾ പരിചയക്കാരാണല്ലോ. നിനക്ക് രണ്ട് നേരം ഭക്ഷണവും തന്നതല്ലേ?"

നിഷ്കളങ്കനായ പരുന്തിൻ കുഞ്ഞ് കാകന്റെ തന്ത്രത്തിൽ വീണു. വളരെ വൈകിയും മാതാപിതാക്കൾ എത്താതായതോടെ കാക്കയുടെ വാക്കുകൾ പിങ്കിപരുന്തിന് വേദവാക്യമായി മാറി.

ഈ സമയത്ത് തെങ്ങു നില്ക്കുന്ന പറമ്പിലെ വീട്ടുകാരി മീൻ പാത്രവുമായി മുറ്റത്തിറങ്ങിയത് കാകനും പിങ്കിപരുന്തും കണ്ടു. ഇതു തന്നെ അവസരമെന്ന് കരുതി കാകൻ പറഞ്ഞു:

“താഴത്തെ വീട്ടിൽ മീൻ മുറിക്കുന്നു. മീൻ തലകൾ കളയാൻ സമയമായി. ഞാൻ താഴേക്ക് പറക്കുകയാണ്. നേരത്തേ എത്തിയില്ലെങ്കിൽ പൂച്ചകൾ എല്ലാം കൊണ്ടു പോകും. നീയും വാ എന്റെ കൂടെ.”

കാകന്റെ വാക്ക് കേട്ട് പരുന്തിൻ കുഞ്ഞ് കൂട്ടിലിരുന്ന് ചിറക് വീശി. ചിറകിന്റെ കാറ്റടിച്ചതോടെ ചുള്ളിക്കമ്പുകളെല്ലാം താഴെ വീണു. പിങ്കിപരുന്തിന് പരിഭ്രമം തോന്നിയെങ്കിലും അവൾ കാകനൊപ്പം താഴേക്ക് പറന്നിറങ്ങി. ശരീരഭാരം താങ്ങാനാകാതെ നിയന്ത്രണം വിട്ട അവൾ മീൻ മുറിച്ചു കൊണ്ടിരുന്ന വീട്ടമ്മയുടെ മുന്നിലാണ് പറന്നു വീണത്. അവർ വേഗം തന്നെ തന്റെ മക്കളെ വിളിച്ചുവരുത്തി. അവർ പരുന്തിനെ കണ്ട് ഭയന്നെങ്കിലും അത് കുഞ്ഞാണെന്ന് മനസ്സിലായതോടെ എടുത്ത് വീട്ടിനുള്ളിലേക്ക് കൊണ്ടുപോയി. കുട്ടികൾക്ക് വളരെ സന്തോഷമായി. കാക്ക മുറ്റത്തെ വാഴക്കൈയിൽ ഇരുന്ന് ഇതെല്ലാം കണ്ട് രസിക്കുകയായിരുന്നു. മീൻ മുറിച്ച ശേഷം അവശിഷ്ടങ്ങളെല്ലാം അവർ വീട്ടിനകത്ത് കയറി പരുന്തിൻ കുഞ്ഞിന് കൊടുത്തു. അവശേഷിച്ച വെള്ളം മാത്രം പാത്രത്തിൽ കൊണ്ടുവന്ന് വാഴച്ചുവട്ടിലൊഴിച്ചു. സ്ഥിരമായി മീൻ തല കഴിച്ചു കൊണ്ടിരുന്ന കാക്കയ്ക്ക് ഭക്ഷണമൊന്നും കിട്ടിയില്ല. അവന് തീറ്റ തേടി പുതിയ സ്ഥലത്തേക്ക് പറക്കേണ്ടി വന്നു.

വളരെ വൈകി കടൽ മത്സ്യവുമായെത്തിയ പിങ്കി പരുന്തിന്റെ മാതാപിതാക്കൾ തകർന്ന കൂടുകണ്ടു. കാക്കയുടെ പണിയാണെന്ന് അവർക്ക് മനസ്സിലായി. അവർ ഉച്ചത്തിൽ കരഞ്ഞു. മാതാപിതാക്കളുടെ കരച്ചിൽ തിരിച്ചറിഞ്ഞ പിങ്കിപരുന്ത് മുറിക്കുള്ളിൽ കുട്ടികളുടെ കൈകളിലിരുന്ന് വിളി കേട്ടു. പരുന്തിന്റെ കരച്ചിൽ കേട്ട് കുട്ടികൾ പിങ്കിപരുന്തുമായി മുറ്റത്തു

വന്നു. മാതാപിതാക്കളെ കണ്ട് അവൾ സന്തോഷ ശബ്ദം പുറപ്പെടുവിച്ചു. മകൾ മനുഷ്യരുടെ കൈയിലകപ്പെട്ടത് കണ്ട് സങ്കടത്തോടെ ആ മാതാപിതാക്കൾ അവിടം വിട്ട് പറന്നകന്നു.

കണ്ടൽ കാട്ടിലെ ആമക്കുഞ്ഞുങ്ങൾ

ആയിരംതെങ്ങിലെ കണ്ടൽ കാട്ടിൽ വിനോദ സഞ്ചാരികൾ എത്തിയതോടെയാണ് റീത്തയെന്ന വെള്ളാമ കുഞ്ഞുങ്ങളുമായി കാട് കയറിയത്. വികൃതികളായ പത്ത് കുഞ്ഞുങ്ങളാണ് വിരിഞ്ഞിറങ്ങിയതിൽ ജീവനോടെയുള്ളത്.

പത്തു വെള്ളാമക്കുഞ്ഞുങ്ങളും റീത്താമ്മയെത്തേടിയെത്തി. റീത്താമ്മ അവരുടെ വരവും കാത്ത് കണ്ടൽക്കാടിന്റെ ഉയർന്ന വേരുകൾക്ക് മുകളിൽ കയറി തല നീട്ടി വെയിലു കാഞ്ഞിരിക്കും. അവിടെയിരുന്നാൽ താൻ മുട്ടയിട്ട സ്ഥലം കൃത്യമായി കാണാം. സഞ്ചാരികൾ കടന്നു കയറാത്ത ഒരിടത്തെ ഒരു തെങ്ങിനടുത്താണ് മുട്ടയിട്ടത്. കുഞ്ഞുങ്ങൾ വിരിയാറായ ദിവസങ്ങളിലെല്ലാം അവൾ ഭക്ഷണം പോലും തേടാതെ അവിടേക്ക് കണ്ണും നട്ടിരിപ്പാണ്.

കീരികളാണ് അവിടുത്തെ പ്രധാന ശത്രുക്കൾ. നേരം വെളുത്തു തുടങ്ങുമ്പോൾ തന്നെ അവർ മുട്ടകൾ തേടിയിറങ്ങും. പല തവണ തന്റെ മുട്ടകൾ മുഴുവനും കീരികൾ തിന്നുന്നത് നിസ്സഹായതയോടെ നോക്കിയിരിക്കാനേ കഴിഞ്ഞുള്ളു. ഇത്തവണ മുട്ടയിടാൻ പോകുന്ന വിവരമറിഞ്ഞപ്പോൾ കൂട്ടുകാരിയായ കരിമീൻ മുത്തശ്ശിയാണ് മുട്ടയിട്ടശേഷം അതിന് മുകളിൽ കരിയിലകൾ വാരിയിടുന്ന കാര്യം പറഞ്ഞ് തന്നത്.

അങ്ങനെ മുട്ടകൾ മൂടിയ ശേഷം അതിന് മുകളിൽ കരിയിലകൾ നിരത്തിയതിനാൽ കീരിക്ക് കണ്ട് പിടിക്കാൻ കഴിഞ്ഞില്ല.

ആദ്യമായാണ് തന്റെ 15 മുട്ടകളും വിരിഞ്ഞിറങ്ങിയത്. അവർ ഓരോരുത്തരായി മണ്ണ് തുളച്ച് കരിയിലയ്ക്ക് മുകളിൽ പ്രത്യക്ഷപ്പെട്ടപ്പോൾ റീത്താമ്മയ്ക്കുണ്ടായ സന്തോഷം പറഞ്ഞറിയിക്കാൻ പറ്റാത്തതായിരുന്നു. മിനുസമുള്ള പാറക്കല്ലുകൾക്ക് ജീവൻ വച്ച പോലെ ഓരോരുത്തരായി ആ കണ്ടൽ തുരുത്തിലെ വെള്ളക്കെട്ടിലേക്ക് ചെന്നിറങ്ങി. അമ്മ ഓരോ ചെറു മുത്തം നല്കി കുഞ്ഞുങ്ങളെ സ്വീകരിച്ചു.

ഇതിനിടയിലാണ് ചുള്ളിക്കാലൻ കൊക്ക് അവയിൽ ചിലരെ കൊത്തിയെടുത്ത് പറന്നു പോകാൻ തുടങ്ങിയത്. റീത്താമ്മയ്ക്ക് ഒന്നും ചെയ്യാനായില്ല. ചുള്ളിക്കാലന്റെ പിന്നാലെ അവന്റെ മറ്റ് ചില കൂട്ടുകാരുമെത്തി. അങ്ങനെ പതിനഞ്ചു മക്കളിൽ അഞ്ചു പേരെ അവൾക്ക് എന്നെന്നേക്കുമായി നഷ്ടമായി.

പത്ത് മക്കളെ സ്വന്തമായിക്കിട്ടിയ സന്തോഷത്തിൽ അവൾ ആ ദുഃഖം മറന്നു. കുഞ്ഞുങ്ങൾക്ക് തീറ്റ തേടാനുള്ള വഴികൾ കാട്ടിക്കൊടുത്തു. കണ്ടലിന്റെ വേരുകൾക്കിടയിൽ ഒളിച്ച് കഴിയാമെന്ന് കാണിച്ചു കൊടുത്തു.

കരിമീൻ മുത്തശ്ശി കുട്ടികളെ കാണാനെത്തി. കണ്ണാടി പോലെ തിളങ്ങുന്ന ആ കുഞ്ഞുങ്ങളുടെ പുറന്തോടുകളിൽ അവൾ തന്റെ ചെകിളപ്പൂക്കൾ ചേർത്തു. ആമക്കുഞ്ഞുങ്ങൾ പേടിച്ച് അമ്മയ്ക്ക് ചുറ്റും നിരന്നു. കരിമീൻ മുത്തശ്ശി അമ്മയോട് പറഞ്ഞു

“നീ കുറച്ച് നാൾ പുറത്തേക്ക് പോകേണ്ട. കണ്ടൽക്കാട് കാണാനിറങ്ങിയ ചില വികൃതിപ്പിള്ളേരുടെ കൈയിൽ ചൂണ്ടയുണ്ട്. സൂക്ഷിക്കണം. കുഞ്ഞുങ്ങൾ ചതിയറിയാതെ ചാടി ഇരയുടെ മേൽപിടുത്തമിടും. പിന്നത്തെ കഥ പറയേണ്ടല്ലോ.”

ഇത് കേട്ട് റീത്താമ്മ പറഞ്ഞു,

“ശരിയാണ്, കഴിഞ്ഞ വർഷം ഞാൻ ചൂണ്ടയിൽ കുടുങ്ങിയ തോർക്കുമ്പോൾ ശരീരത്തിന് വിറയലാ. എന്റെ ഭാരം കൊണ്ട് ചൂണ്ട നൂൽ പൊട്ടിയത് ഭാഗ്യം.”

“നിന്റെ കുഞ്ഞുങ്ങട ഭാഗ്യമെന്ന് പറ.” കരിമീൻ മുത്തശ്ശി

യുടെ വാക്ക് കേട്ട് ആമ വെള്ളത്തിൽ ഒന്ന് തിരിഞ്ഞ് കറങ്ങി. ചുറ്റും കുഞ്ഞു പറക്കും തളിക പോലെ പത്ത് കുഞ്ഞുങ്ങളും വെള്ളത്തിൽ മുങ്ങിപ്പൊങ്ങി. അവർ ചിരിച്ചുകൊണ്ട് അമ്മയുടെ ശരീരത്തോട് ചേർന്ന് നിന്നു.

കരിമീൻ മുത്തശ്ശി റീത്താമ്മയോട് പറഞ്ഞു: "നീ ഈ കണ്ടൽക്കാടിന്റെ വേരുകൾക്കിടയിൽ കുറച്ചുനാൾ കഴിയുക. കുട്ടികൾ വളർന്നിട്ട് പുറത്ത് പോയാൽ മതി. ചിലപ്പോൾ ആ ചെമ്പല്ലിക്കോര ഇവരുടെ കുഞ്ഞുതലകൾ കടിച്ചെടുക്കും. ഞാൻ എന്റെ കൊച്ചുമക്കളെയൊന്ന് കണ്ടിട്ട് വരാം. എന്നിട്ട് ആമക്കുഞ്ഞുങ്ങളോടായി പറഞ്ഞു: "അമ്മ പറയാതെ എങ്ങോട്ടും നീന്തിക്കയറി പോകരുത്."

അതു കേട്ട് കരിമീൻ മുത്തശ്ശിയെ നോക്കി ആമക്കുഞ്ഞുങ്ങൾ കണ്ണ് ചിമ്മി സ്നേഹം പ്രകടിപ്പിച്ചു. മുത്തശ്ശി തന്റെ കറുത്ത വാൽ താളത്തിൽ ചലിപ്പിച്ച് കണ്ടൽ വേരുകൾക്കിടയിലേക്ക് കയറിപ്പോയി.

ആ പോക്ക് നോക്കി നിന്ന ശേഷം റീത്താമ്മ കുഞ്ഞുങ്ങളുമായി കണ്ടൽ വേരുകൾക്കിടയിലെ ചെളി തിന്നു തുടങ്ങി. കുഞ്ഞുങ്ങളും അമ്മയെ പോലെ ചെളി തിന്നു. അവിടെ കുടുങ്ങിക്കിടന്ന ഒരു വലിയ പ്ലാസ്റ്റിക് കൂടിനുള്ളിലേക്ക് കൂട്ടത്തിലെ രണ്ട് ആമക്കുഞ്ഞുങ്ങൾ കയറിപ്പോയി. ലക്ഷ്യം തെറ്റിയ കുഞ്ഞുങ്ങൾ കവറിനുള്ളിൽ പാഞ്ഞ് നടന്നതോടെ കവർ കണ്ടൽ വേരുകൾക്കിടയിൽ കുരുങ്ങി. ഭയന്ന് വിറച്ച കുഞ്ഞുങ്ങൾ അങ്ങുമിങ്ങും പാഞ്ഞതോടെ കവറിന്റെ വാതിലടഞ്ഞ പോലെയായി.

റീത്താമ്മയുടെ നിലവിളി കേട്ട് കരിമീൻ മുത്തശ്ശി പാഞ്ഞു വന്നു. എന്തോ അപകടം പറ്റിയ പോലെ അവൾക്ക് തോന്നി. പതറിയ ശബ്ദത്തിൽ റീത്താമ്മ കാര്യങ്ങൾ അവതരിപ്പിച്ചു. അത് കേട്ട് കരിമീൻ മുത്തശ്ശി പറഞ്ഞു: "ഭയം വേണ്ട. വേലിയേറ്റമാകുമ്പോൾ വെള്ളം കയറി കവറ് നിറയും. കവറ് പൊങ്ങുകയും ചെയ്യും. അതോടെ കുഞ്ഞുങ്ങൾക്ക് വേഗം പുറത്തിറങ്ങാം."

കരിമീൻ മുത്തശ്ശി അനുഭവപരിചയംകൊണ്ട് പറഞ്ഞതാണ്. ഇത്തരം കവറുകൾക്കുള്ളിലെ ഭക്ഷണം കഴിക്കാൻ കയറുമ്പോൾ കുടുങ്ങിക്കിടന്ന് ഭയന്ന അവസരങ്ങളുണ്ടായിട്ടുണ്ട്.

പ്രതീക്ഷിക്കാതെ തന്നെ വേലിയേറ്റ സമയത്ത് രക്ഷ പെടാനും കഴിഞ്ഞിട്ടുമുണ്ട്.

ആ വാക്കുകൾ അവൾക്ക് ഏറെ ആശ്വാസമായി. കരിമീൻ മുത്തശ്ശി പറഞ്ഞപോലെ സംഭവിച്ചു. കുട്ടികൾ രണ്ടും കവറിനുള്ളിൽ നിന്ന് പുറത്തുവന്നു. കവറിനകത്തുണ്ടായിരുന്ന ഭക്ഷണം കഴിച്ച അനുഭവവും അവർ പറഞ്ഞു.

റീത്താമ്മ പറഞ്ഞു: "മനുഷ്യരുടെ ഉപദ്രവം കൊണ്ട് തോറ്റു. ഒരു വിധത്തിലും രക്ഷയില്ലെന്നായി."

കരിമീൻ മുത്തശ്ശി കുട്ടികളെ വിളിച്ച് കൂട്ടി. അവരോടായി പറഞ്ഞു: "അമ്മയ്ക്കൊപ്പം നടന്ന് പരിചയം നേടുക. ആപത്തിൽ ചെന്ന് ചാടരുത്."

കുട്ടിയാമകൾ ആ വാക്കുകൾ കേട്ട് സന്തോഷത്തോടെ കരിമീൻ മുത്തശ്ശിക്ക് ചുറ്റും വട്ടമിട്ട് നീന്തിത്തുടിച്ചു.

www.ingramcontent.com/pod-product-compliance
Lightning Source LLC
LaVergne TN
LVHW060124051026
849517LV00007B/2387
* 9 7 8 9 3 9 4 7 5 3 3 9 6 *